ஜீனோம்

கிழக்கு பதிப்பக வெளியீடுகளாக சுஜாதாவின் புத்தகங்கள்

21ம் விளிம்பு
24 ரூபாய் தீவு
6961
அப்பா, அன்புள்ள அப்பா
அப்ஸரா
அனிதா - இளம் மனைவி
அனிதாவின் காதல்கள்
அனுமதி
ஆ..!
ஆட்டக்காரன் சிறுகதைகள்
ஆதனிலால் காதல் செய்வீர்
ஆயிரத்தில் இருவர்
ஆர்யபட்டா
ஆழ்வார்கள்:ஓர் எளிய அறிமுகம்
ஆஸ்டின் இல்லம்
இதன் பெயரும் கொலை
இரண்டாவது காதல் கதை
இருள் வரும் நேரம்
இளமையில் கொல்
இன்னும் ஒரு பெண்
உள்ளம் துறந்தவன்
ஊஞ்சல்
எதையும் ஒரு முறை
என் இனிய இயந்திரா
என்றாவது ஒரு நாள்
ஐந்தாவது அத்தியாயம்
ஒரு நடுப்பகல் மரணம்
ஒரே ஒரு துரோகம்
ஓடாதே
ஒரிரவில் ஒரு ரயிலில்
ஒரிரு எண்ணங்கள்
ஓலைப்பட்டாசு
கடவுள் வந்திருந்தார்
கமிஷனருக்குக் கடிதம்
கம்ப்யூட்டரே ஒரு கதை சொல்லு
கம்ப்யூட்டர் கிராமம்
கரையெல்லாம் செண்பகப்பூ
கற்பனைக்கும் அப்பால்
கனவுத் தொழிற்சாலை
காயத்ரி
குருபிரசாத்தின் கடைசி தினம்
கை
கொலை அரங்கம்
சிங்கமய்யங்கார் பேரன்
சில வித்தியாசங்கள்
சிவந்த கைகள்
சிறுகதை எழுதுவது எப்படி?
சின்னச் சின்னக் கட்டுரைகள்
சொர்க்கத் தீவு
டாக்டர் நரேந்திரனின் வினோத வழக்கு
தங்க முடிச்சு

தப்பித்தால் தப்பில்லை
திசை கண்டேன் வான் கண்டேன்
தீண்டும் இன்பம்
தூண்டில் கதைகள்
தேடாதே
தோரணத்து மாவிலைகள்
நகரம் சிறுகதைகள்
நிர்வாண நகரம்
நில் கவனி தாக்கு
நில்லுங்கள் ராஜாவே
நிறமற்ற வானவில்
நிஜத்தைத் தேடி
நைலான் கயிறு
பதினாலு நாள்கள்
பத்து செகண்ட் முத்தம்
பாதி ராஜ்யம்
பாரதி இருந்த வீடு
பிரிவோம் சந்திப்போம்
ப்ரியா
மண்மகன்
மத்யமர்
மலை மாளிகை
மனைவி கிடைத்தாள்
மாயா
மிஸ் தமிழ்தாயே நமஸ்காரம்
மீண்டும் ஒரு குற்றம்
மீண்டும் தூண்டில் கதைகள்
மீண்டும் ஜீனோ
முதல் நாடகம் - நாடகங்கள்
மூன்றுநாள் சொர்க்கம்
மெரீனா
மேகத்தைத் துரத்தியவன்
மேலும் ஒரு குற்றம்
மேற்கே ஒரு குற்றம்
ரயில் புன்னகை
ரோஜா
வசந்த காலக் குற்றங்கள்
வாய்மையே சில சமயம் வெல்லும்
வாரம் ஒரு பாசுரம்
வானத்தில் ஒரு மௌனத்தாரகை
விக்ரம்
விடிவதற்குள் வா
விபரீத் கோட்பாடு
விருப்பமில்லா திருப்பங்கள்
விரும்பிச் சொன்ன பொய்கள்
விவாதங்கள் விமர்சனங்கள்
விழுந்த நட்சத்திரம்
வைரங்கள்
ஜன்னல் மலர்
ஜீனோம்
ஜோதி
ஸ்ரீரங்கத்து தேவதைகள்

ஜீனோம்

சுஜாதா

ஜீனோம்
Genome
by *Sujatha*
Sujatha Rangarajan ©

First Edition: April 2017
64 Pages

ISBN 978-81-8493-722-0
Kizhakku - 979

Kizhakku Pathippagam
177/103, First Floor,
Ambal's Building, Lloyds Road,
Royapettah, Chennai - 600 014.
Ph: +91-44-4200-9603

Email : support@nhm.in
Website : www.nhm.in

 kizhakkupathippagam
 kizhakku_nhm

Kizhakku Pathippagam is an imprint of New Horizon Media Private
Limited.

பிரபஞ்சத்தில் ஆரம்பக்கணமான பிக் பாங் (Big Bang) போல உயிரின் பிக் பாங் இது. பிரபஞ்சம் சூனியத்திலிருந்துதான் எல்லாம் உண்டாயிற்று என்று சொல்கிறார்கள். அதுபோல், கோடானுகோடி வருஷங்களுக்கு முன் தற்செயலாக ஒரே ஒரு முறை தன்னைத்தானே காப்பியடித்து உருவாக்கிக் கொள்ளும் தகுதிபெற்ற ஒரு கூட்டணு தான் நம் உலகின் உயிர்களுக் கெல்லாம் மெகா மகா கொள்ளுத் தாத்தா.

ஜீனோம்

மனிதன் என்பவன் தெய்வமாகலாம் என்று கவிஞர் பாடியிருக்கிறார். தெய்வத்தின் மற்ற செயல்களை அவன் மேற்கொள்கிறானோ இல்லையோ, சிருஷ் டியை இந்த நூற்றாண்டில் பறித்துக் கொண்டு விடுவான் போலத் தோன்றுகிறது. அதற்குரிய எச்சரிக் கைகள் அண்மையில் முடிந்த ஓர் அறிவியல் சாதனை யால் தோன்றியுள்ளன.

குடென்பர்கின் அச்சியந்திரம், தனிமங்களை வகைப் படுத்திய மெண்டலேவின் பீரியாடிக் டேபிள், மனிதன் சந்திரனில் கால் பதித்தது போன்ற சாதனை களுக்கு ஈடானதாகச் சொல்கிற இது என்ன?

நான்கு அட்சரங்களால் முந்நூறு கோடி முறை எழுதப்பட்ட ஒரு புத்தகம் - வாழ்வெனும் புத்தகம். இதை ஏறத்தாழ முழுவதும் படித்திருக்கிறார்கள். உயிரின் ரகசியத்தைக் கண்டுகொள்ளும் இந்தத் திட்டம் 1990ல் துவங்கியது.

'தி ஹ்யூமன் ஜீனோம் ப்ராஜெக்ட்' என்ற பெயரில் உலகின் முன்னேற்ற நாடுகளின் விஞ்ஞானிகள் ஒன்றுகூடி ஏறத்தாழ இருநூற்று ஐம்பது மில்லியன் டாலர் (மில்லியன் என்பது பத்து லட்சம், டாலர் என்பது 45 ரூபாய்) செலவழித்த இந்தச் சாதனை நிறைவு பெறும் நிலையில் உள்ளது!

மனித உடலின் ஒவ்வொரு அங்கமும் எப்படி உருவாகிறது என்பது அவனுடைய செல் என்னும் உயிரணுவில் செய்தியாக எழுதி வைக்கப்பட்டிருக்கிறது. பேப்பர் பென்சிலால் அல்ல. க்ரோமோசோம் என்னும் மிக நீண்ட கூட்டணுவின் கட்ட மைப்பில் அந்த ரகசியம் பொதிந்திருக்கிறது. அதை ஒரு மாதிரி படித்து விட்டார்கள். இது ஒரு ஆரம்பம்தான்.

இந்தக் கண்டுபிடிப்பின் சாத்தியங்கள் பல. வியாதிகள் வராமல் இருக்கவும் தடுக்கவும் முதலில் பயன்படப்போகிறது. புற்று நோயிலிருந்து சர்க்கரை வியாதி வரை, வயிற்றுப் போக்கி லிருந்து வயசாகும் காரணங்கள் வரை எல்லாவற்றையும் திருத்தும், நிவர்த்திக்கும் சாத்தியங்கள் ஏற்பட்டுள்ளன.

சில பயங்களும் புறப்பட்டுள்ளன. ஜீனை வைத்து மனிதனைப் பாகுபடுத்துவது முதல் பயம். வியாதிகள் வரும் என முன்பே தெரிவதால் ஒரு ஆளை இன்ஷூர் பண்ணவோ வேலைக்கு வைத்துக் கொள்ளவோ தயக்கங்கள். கருவிலேயே பிறக்கப் போகும் குழந்தையின் எதிர்கால வியாதிகள் தெரிவதால் குழந்தை பெற்றுக் கொண்டதற்கே குற்ற உணர்ச்சி ஏற்படும் சாத்தியங்கள் உண்டாகும். (நான் அப்பவே சொன்னேனில்லே... இந்தக் குழந்தைக்கு ஹோமோக்ரோமோடாசிஸ் வரும்னு!)

அதற்கெல்லாம் மேலே மனித வாழ்க்கையின் மிகப்பெரிய சஸ்பென்ஸான மரண தேதியையும் கூடத் தெரிந்து கொள்கிற சாத் தியங்கள் கைகூடும். ஆயிரம் வருஷத்தையும் தாண்டி வாழ்கிற அற்புதங்கள் நடந்தேறும். மனிதனின் சராசரி ஆயுள் பல நூறு ஆண்டுகள் நீடிக்கிற போது சந்தோஷங்களுக்கு இணையான சங்கடங்கள் என்னென்ன வரும் என்று கற்பனை செய்ய முடிகிறதா?

இருந்தும் இந்தச் சாதனை, மனித சரித்திரத்தில் ஒரு முக்கியமான கட்டம் என்பதில் எவருக்கும் சந்தேகமில்லை.

மொத்தம் நூற்றிப்பத்து தேர்ந்த விஞ்ஞானிகள் இதில் ஈடுபட்டி ருக்கிறார்கள். ஆறு நாடுகளில் பதினாறு ஆராய்ச்சி சாலைகளில் (பெரும்பாலும் பல்கலைக்கழகங்களில்) இந்த வேலை நடந் திருக்கிறது. ஒவ்வொரு மனிதனின் ஒவ்வொரு செல்லிலும் உள்ள டி.என்.ஏ. என்கிற மரபணுவின் ரசாயனப் பொருள்களின் வரிசை அமைப்பை அறிந்து கொண்டிருக்கிறார்கள்.

அரசாங்கத்துடன் செலரா போன்ற சில தனியார் நிறுவன ஆராய்ச்சியாளர்களும் பந்தயத்தில் ஈடுபடுவதில், ஆராய்ச்சி துரிதப்பட்டு, இப்போது ஒவ்வொரு நிமிஷத்துக்கும் 1600 எழுத்துக்களைப் படிக்கும் வேகத்துக்கு வந்துவிட்டார்கள். படித்ததை உடனே உலகுக்குச் சொல்லிவிடுகிறார்கள். நீங்கள்கூட இன்டர்நெட்டில் அதைப் படிக்கலாம். அவ்வளவு சுவாரஸ்யமாக இருக்காது. காரணம் திரும்பத் திரும்ப நாலு எழுத்துக்கள் தான் இம்மொழிக்கு. இந்த ஜூன் மாத இறுதியில் ஏறக்குறைய படித்து முடித்து அறிவித்துவிட்டார்கள்.

உயிரின் அடையாள ரகசியங்களையும், நாம் யார் என்பதையும் அறிந்து கொள்ளும் பாதையில் முதல் காலடி இது. இந்த நூற்றாண்டை ஜீனோம் நூற்றாண்டு என்று நம் பிள்ளைகள் அழைக்கப் போகிறார்கள். நம்மில் பாதிப்பேர் கொஞ்சம் அவசரப்பட்டுப் பிறந்துவிட்டோம். வரும் ஆண்டுகளில் டாக்டர்கள் உங்கள் ரத்தத்தையோ, எச்சிலையோ ஒரு துளி எடுத்து, அதை ஒரு பையோசிப் என்னும் புதிய சில்லில் வைத்து, பத்தாயிரம் வியாதிகளில் உங்களுக்கு எது வருவதற்கு சான்ஸ் அதிகம்? கான்சர் வருமா? லூக்கிமியா வருமா? அல்ஸைமர் வருமா? இதயநோய் வருமா? டயாபடிஸ் வருமா? என்பதை அறிந்து சொல்ல இயலும். இப்போதே இந்தவகை சிப்களை அமெரிக்க சிலிக்கன் பள்ளத்தாக்கில் சில கம்பெனிகள் செய்கிறார்கள்.

ஒரு புண் எப்படி ஆறுகிறது? ஒரு குழந்தையின் விரல் எப்போது வளருகிறது? ஒரு தசை எப்போது சுருங்குகிறது. ஒரு பாடல் எப்போது மனதில் பதிகிறது? இது போன்றதற்கெல்லாம் காரணமான ஜெனட்டிக் அதிசயங்களைக் கண்டுகொள்ள முடியும்.

வாழ்க்கையின் புத்தகத்தைப் படித்தால் எப்படியிருக்கும்?

அதில் சுவாரஸ்யமில்லாத ATGCCCGCGGCTCCTCC இப் படியே முந்நூறு கோடி. இதில் தலைகால் புரிந்துகொண்டு என னத்தை கண்டுபிடித்திருக்கிறார்கள் என்று நீங்கள் வியக்கலாம். இதில் ஒவ்வொரு எழுத்தும் ஒரு கூட்டணுவைக் குறிக்கிறது.

அடினென், தயோமைன், சைட்டோசைன், குவானின் இவ்வளவுதான். அடுத்த முறை யாராவது உங்களிடம் சண்டை போட்டால், நீயும் ஏ.டி.ஸி.ஜி. நானும் ஏ.டி.ஸி.ஜி. நமக்குள்ள என்ன சச்சரவு அண்ணாச்சி! என்று உலகத்துப் பிரஜை யாரிடமும் சொல்லலாம்.

உங்கள் உடலில் உள்ள ஒவ்வொரு செல்லும் சருமம், முடி, தசை, வயிறு, ஈரல் எல்லாமே இவைகளால் ஆனவை தான். (ரத்தத்தில் உள்ள சிவப்பணுக்களைத் தவிர) ஒர் இனத்தின் மொத்த டி.என்.ஏக்களின் தொகுப்பைத்தான் ஜீனோம் என்கிறார்கள்.

இந்த ஜீன் என்ன செய்கிறது? சிம்பிள். புரதங்களை உண்டு பண்ணுகிறது. நான்கெழுத்துகள் மட்டுமே திரும்பத் திரும்பக் கொண்ட இந்தப் புத்தகத்தில் ஒவ்வொரு சின்னச் சின்ன மூன்றெழுத்து வார்த்தையும் அமினோ அமிலம் என்பதுடன் ஒட்டிக் கொள்கிறது. இவ்வாறான அமினோ அமிலங்களின் சரம்தான் புரதங்கள் - புரோட்டின் புரோட்டின்தான். நம் உயிர் மற்றும் நம் எல்லாமே, என் உயிரே, என் ஆருயிரே! என்று புரோட்டினைத்தான் கவிதை பாடலாம். நாம் உயிர் வாழக் காரணங்கள் இவைதான்.

சாப்பிட்டதை ஜீரணிப்பதிலிருந்து பெண் பூப்படையும் வரை எல்லாமே புரோட்டின் ரசாயன ரகளைதான். ஜீன் என்பது ஒரு பாடநூல். சரியாகச் சொன்னால் பாட நூலேணி. அதன் படிகளில் புரோட்டினை எப்படி உண்டாக்குவது என்பதற்கான செய் முறைகள் உள்ளன. மனிதருக்கு அம்பதாயிரத்திலிருந்து ஒரு லட்சம் வரை ஜீன் இருக்குமென்று சொல்லுகிறார்கள். மனிதர் களிடையே ஜீன்களில் 99.9 விழுக்காடு ஒரே மாதிரிதான் இருக் கின்றன. மிச்சமிருக்கும் 0.1 விழுக்காடுதான் உங்களையும், என்னையும், கிளிண்டனையும், வாஜ்பாயையும், ரஹ்மானையும், ரம்பாவையும் வேறுபடுத்துகிறது.

உடம்பின் செல்லின், ஜீனின், ஆயிரத்தில் ஒரு பகுதியில்தான் நாம் வேறுபடுகிறோம். இதில் எத்தனை சாதிகள், குணங்கள், கோபங்கள், திறமைகள், மடமைகள்.

சரி... உயிர் என்றால் என்ன என்பதை அறிய உலகில் முதல் உயிர் எப்படித் தோன்றியது என்பதைப் பார்க்கலாம்...

முதல் உயிர் எப்படித் தோன்றியது என்று யோசிக்கு முன் ஒரு விஷயம்...நாம் எல்லோரும், அதாவது மனிதன், மிருகம், புல், பூண்டு எல்லாமே ஒரே தினத்தில் அத்தனை சிக்கல்களுடனும் படைக்கப் பட்டோம் என்கிற புராணங்களை நம்புவதைவிட, இவை அத்தனையும் ஒரு சில எளிய தனிமங்களி லிருந்து ஆரம்பித்து, படிப்படியாக சிக்கல் பெற்று, உயிரமைப்புகளாயின என்பதை நம்புவது விஞ்ஞானிகளுக்கு எளிது.

இவை அத்தனையும் ஒரே நாளில் படைக்கப்பட்டன என நம்புபவர்கள் இந்த இடத்திலேயே கட்டுரைத் தொடரிலிருந்து விலகலாம். காரணம், நான் சொல்லப்போவது சில ஆழமான நம்பிக்கைகளின் அஸ்திவாரங்களைக் கலைத்து அதிர்ச்சி தரும்.

பிரபஞ்சத்தில் திடப்பொருள்கள், திரவங்கள், வாயுக்கள் எல்லாமே எளிய தனிமங்களால் அமைந் தவை. சூரியனையே ஆதாரமாகப் பார்த்தால், ஹைட்ரஜன் மற்றும் ஹீலியம்! தண்ணீர், ஹைட் ரஜன், ஆக்ஸிஜன், உயிரற்ற திடப்பொருள்கள் அனைத்துமே ஸ்திர நிலையில் உள்ள அணுக்க ளாலான கூட்டமைப்புகள் - மாலிக்யூல்கள். உதாரணமாக, உப்பு என்பது சோடியம், க்ளோரின் இரண்டு தனிமங்கள் சேர்ந்த கூட்டணு. நம்

ரத்தத்தில் உள்ள ஹெமோக்ளோபின் 574 அமினோ அமிலங்களின் கூட்டமைப்பு.

உயிருள்ளவையிலும் உயிரற்றவையிலும் ஆதாரத் தனிமங்கள் ஒரு சிலவே. இந்தத் தனிமங்கள் ஒரு வகையாகக் கூட்டுச் சேர்ந்து, சட்டென்று மனிதன் உருவானான் என்பது சாத்திய மில்லை. காரணம், மனித உடலில் இருக்கும் அணுக்களின் எண்ணிக்கை பத்து லட்சம் கோடி கோடி கோடி.

இவை அனைத்தும் தற்செயலாக ஒன்று சேர்ந்து - இதோ புருஷன்...அதோ புருஷி என்று உருவானார்கள் என்பது விஞ்ஞானத்துக்கு ஏற்றதல்ல. ஆனால் தற்செயலாக ஒரே ஒரு எளிய கூட்டணு உண்டாயிற்று என்று சொன்னால் நம்பலாம். அப்படித்தான் நாம் வந்தோம்.

இயற்கையில் நாம் எல்லோரும் பிழைப்பு இயந்திரங்கள் (Survival machines). நாம் என்றால் மனிதர்கள் மட்டும் இல்லை... மிருகங்கள், தாவரங்கள், பாக்டீரியா, வைரஸ் போன்ற நுண் கிருமிகள் எல்லாமே. பூமியில் மொத்தம் எத்தனை உயிரினங்கள் என்று கணக்கிடுவது கடினம். பூச்சி வகைகளே முப்பது லட்சம்! உலகத்தில் உள்ள மொத்த பூச்சிகளின் எண்ணிக்கை கோடி கோடி லட்சம். ஒரு ஆக்டோபஸும் எலியும் ஆலமரமும் தோற்றத்தில் வேறுபட்டவை. ஆனால் அவற்றின் உள்ளே இருக்கும் ஜீன்களை உற்றுப் பார்த்தால், எல்லா உயிரினங்களுக்கும் பொதுவான மாலிக்யூல்கள்.

பாக்டீரியாவிலிருந்து யானை வரை ஒரே கட்டமைப்பு. இதை நோக்கிய பின்தான் உயிர் எப்படி முதலில் பூமியில் தோன்றியது என்று சிந்திக்க ஆதாரங்கள் கிடைத்தன.

எப்படித் தோன்றியது...?

நான் சொல்லப்போவது ஒரு ஊகம்தான். ஏனெனில், முதல் உயிர் தோன்றியபோது நான் அங்கு இல்லை. இது பற்றிய பல சித்தாந்தங்களில் நான் தேர்ந்தெடுத்துக் கொடுக்கப்போவது பொதுவான, எளிமைப்படுத்தப்பட்ட, உண்மைக்கு மிக அருகில் இருக்கக்கூடிய விளக்கம்.

ஆரம்பக் காலத்தில் பூமியில் நீர், கார்பன்-டை-ஆக்ஸைடு, மீத்தேன், அமோனியா போன்ற எளிய பொருள்கள்தான் காலம்

காலமாக இருந்தன. இவற்றை இன்றும் நம் சூரியக் குடும்பத்தின் சுக்கிரன், செவ்வாய் போன்ற மற்ற கிரகங்களில் பார்க்க முடிகிறது. (சமீபத்தில் செவ்வாயில் தண்ணீர் இருப்பதாக விஞ்ஞானிகள் சொல்ல... சென்னை குடிநீர் ஜோக்கர்கள் நாற்பத் தெட்டு ஜோக்குகள் எழுதி விட்டார்கள்).

இன்று நேற்று போல, அன்றும் மின்னல் அடித்துள்ளது. இளம் பூமியின் அன்றைய சூழல்களை ஆராய்ச்சியாளர்கள் இன்றும் சோதனைச் சாலையில் உண்டுபண்ணிப் பார்த்திருக்கிறார்கள். மேற்சொன்ன எளிய பொருள்களை ஒரு ஃப்ளாஸ்கில் போட்டுக் கலக்கி, அதன்மேல் ஒரு மின்வெட்டையோ அல்ட்ராவயலட் வெளிச்சத்தையோ அடிக்கடி செலுத்திப் பார்த்திருக்கிறார்கள். சில வாரங்களில் ஃப்ளாஸ்கில் சுவாரஸ்யமான ஒரு விஷயம் நிகழ்ந்தது. எளிய கார்பன், மீத்தேன் போன்ற பொருள்கள் இன்னும் கொஞ்சம் சிக்கலாகி, பழுப்பாகக் குழம்பு போல் ஆயின. அவற்றை அலசியதில், இந்த அமினோ அமிலம்தான் புரோட்டீன் என்னும் பதார்த்தத்தின் ஆதாரச் செங்கற்கள்.

புரோட்டீன்தான் உயிரின் ஆதாரம். ஆனால், அமினோ அமிலங்கள் ஏற்பட்டதை மட்டும் வைத்து இப்படித்தான் உயிர்கள் உண்டாயின என்று சொல்வதற்கும் சாட்சியம் போதாது. அண்மைக் காலத்தில் இந்தப் பரிசோதனைகளில் பியுரின், பிரமிடைன் போன்ற கூட்டணுக்கள் உண்டாவதைக் கண்டுபிடித்தார்கள். இவை உத்தரவாதமாக டி.என்.ஏ.யின் கூறுகள். இதை பிரைமிவல் சூப் (Primeval Soup), ஆதி நாள் குழம்பு என்கிறார்கள். முந்நூறு அல்லது நானூறு கோடி வருஷங்களுக்கு முன் இவ்வாறான சூப்தான் கடலில் இருந்திருக்க வேண்டும். அவை கரையோரத்தில் கட்டி தட்டிப் போயிருக்க வேண்டும். மேலும், அவற்றின் மேல் சூரிய வெளிச்சத்தில் அல்ட்ராவயலட் என்னும் புறஊதா கதிர்கள் படப்பட அளவில் பெரிய கூட்டணுக்களாயின. இவை உலகெங்கும் திரிந்தன.

இந்தக் கூட்டணுக்களில் ஒரு நாள் - ஒரு கணத்தில், ஒரு கூட்டணு மட்டும் தப்பிப் பிறந்தது. அதை ரெப்ளிகேட்டர் என்கிறார்கள். அது ஒன்றும் பெரிய மாலிக்யூல் இல்லை. ஆனால், அதற்கு ஒரு வியப்பூட்டும் குணம் இருந்தது. வேறு உதவி இன்றித் தன்னைத் தானே பிரதியெடுத்துக் கொள்ள அதனால் முடிந்தது. இது ஒரு மிக மிகத் தற்செயலான நிகழ்ச்சி என்றுதான் சொல்ல வேண்டும்.

ஒரு மனிதனின் வாழ்நாளில்கூடத் தற்செயல் நிகழ்ச்சி சாத்தியம் இல்லைதான். லாட்டரியில் பத்து கோடி ரூபாய் ஒரு டிக்கெட்டில் விழும் சாத்தியக்கூறை விட கம்மிதான். ஆனால், நீங்கள் ஒவ்வொரு நாளும் தொடர்ந்து நூறு கோடி வருஷங்களுக்கு லாட்டரி டிக்கெட் வாங்கினால், உங்களுக்கு ஒரு நாள் விழுந்தே தீராதா...? அதுபோல்தான் இந்த முதல் முதல் ரெப்ளிகேட்டர் அரிதினும் அரிதினும் அரிதான உதயமாகப் பிறந்தது. இந்தக் கூற்றை ஒப்புக் கொண்டுவிட்டால், மற்றதெல்லாம் அதனதன் இடத்தில் விழுந்து, மனித உயிர் உருவானது வரை வந்து விடலாம்.

பிரபஞ்சத்தில் ஆரம்பக்கணமான பிக் பாங் (Big Bang) போல உயிரின் பிக் பாங் இது. பிரபஞ்சம் சூனியத்திலிருந்துதான் எல்லாம் உண்டாயிற்று என்று சொல்கிறார்கள். அதுபோல், கோடானுகோடி வருஷங்களுக்கு முன் தற்செயலாக ஒரே ஒரு முறை தன்னைத்தானே காப்பியடித்து உருவாக்கிக் கொள்ளும் தகுதிபெற்ற ஒரு கூட்டணு தான் நம் உலகின் உயிர்களுக் கெல்லாம் மெகா மகா கொள்ளுத் தாத்தா.

இது சாத்தியம்தான் என்று சொல்லுமளவுக்கு, பரிணாம வளர்ச்சி கள் படிப்படியாக உண்டாக, போதிய சமயமிருந்திருக்கிறது. ஆக, நாம் எல்லோரும் சூரியமின் வெட்டின் புத்திரர்கள், சூரியன் பிரபஞ்சத்தின் ஆரம்பக் கணத்தின் மகாமகா வெடியில் புறப் பட்ட சக்தியின் புத்திரன். எனவே, நாம் அனைவரும் பிரபஞ்சத் தின் குழந்தைகள். முதலாம் ரெப்ளிகேட்டர் வம்சம்.

ரெப்ளிகேட்டர் என்கிற எளிய கூட்டணு தன்னைத் தானே பிரதியெடுக்கும் குணம் பெற்றது என்று சொன்னோம். தற்செயலாகப் பெற்ற இந்த அதிசய குணத்தால் ஒன்று இரண்டாகி, இரண்டு நாலாகி, நாலு எட்டாகி, மெல்ல மெல்ல எண்ணிக்கை அதிகரித்து, அந்த ஆதிகால குழம்பு முழுவதும் ரெப்ளி கேட்டர்களாக நிரம்பியிருக்க வேண்டும் என எண்ணலாம். அப்படியில்லை. காரணம் எண்ணிக்கை அதிகரிக்க, அதிகரிக்க அதை உண்டாக்கும் மூலப் பொருள்கள் அந்த சூப்பிலிருந்தே வருவதால் குறைந்து கொண்டு வரும். அதனால் வையகம் முழுவதும் ரெப்ளிகேட்டர்கள் நிறைந்தன என்று சொல்ல முடியாது. மேலும் சில முறை பிரதியெடுக்கும்போது அப்படியே மூலப் பிரதியாக இல்லாமல் சிறு சிறு பிழைகள் நேர்ந்திருக்கலாம். அப்படிப் பிழைபட்ட குழந்தைகள் சுற்றுப்புறத்தைச் சமாளிக்க முடியாமல் செத்துப் போயிருக்கலாம். பிழைத்தவை மாறுதலைச் சமாளித்துப் பல்கியிருக்கலாம்.

எளிய ரெப்ளிகேட்டர் கூட்டணு எப்படி மனிதனா யிற்று என்பதற்கு டார்வினின் பரிணாமத் தத்து வத்தை விரிவாகச் சொல்ல வேண்டும். அது இந்தக் கட்டுரைத் தொடரின் குறிக்கோளுக்கு அப்பாற் பட்டது. அதனால் தேவைப்பட்ட அளவு எளிய டார்வினிசம் சொல்கிறேன்.

படியெடுக்கும்போது பிரதியில் ஏதாவது மாறுதல் ஏற்பட்டால் அதை ம்யூட்டேஷன் என்கிறார்கள். மாறிய கூட்டணு அதன் தாயைவிடச் சுற்றுப்புறத்தைத் தாங்கிக் கொள்வதில் அதிகத் தகுதி பெற்றிருந்தால் அது பிழைக்கும், நீடிக்கும் சாத்தியம் அதிக மாகிறது. ஓர் உதாரணம் சொல்கிறேன். நம் முன்னோர் நம் தமிழ் இலக்கியத்தின் நீண்ட கவிதைகளை ஓலைச் சுவடிகளில் பிரதி யெடுத்தார்கள். அப்படி எடுக்கும்போது தற்செயலாக ஒரு எழுத்துப் பிழை ஏற்படுகிறது. அவர் என்பதற்குப் பதில் அலர் என்று படியெடுத்து விட்டார்கள். அது கவிதையை இன்னும் சிறந்தாக்குகிறது. நாளடைவில் மூலம் வழக்கொழிந்து போகும் அல்லது வேறு பிரதேசங்களில் வாழும்.

அது போலத்தான் மெல்ல மெல்லப் பிரதியெடுக்கும் பிழைக ளால் மாறி மாறி முதல் பாக்டீரியா தோன்றியது. நீல அல்கே போன்ற முதல் கடல்வாழ் எளிய உயிரினம், முதல் பறவை, மிருகம், தாவரம் இறுதியில் மனிதன். தப்புகளால் உருமாறி அழிந்து சிதைந்து அடையாளம் மாறி இடம் மாறி விலகி நீடித்துப் பலவிதக் கிளைகளாகப் பிரிந்து... இதெல்லாம் நிகழ ஏகப்பட்ட சமயம் - பல கோடி வருஷங்கள் ஆகியிருக்கின்றன என்பதை நீங்கள் மறக்கக்கூடாது. அப்போதுதான் இந்த விஷயம் அப்படி யொன்றும் வியப்புக்குரியதல்ல, அசாத்தியமானதல்ல என்பது தெளிவாகும்.

இவையெல்லாம் ஒரு ராத்திரியில் நிகழவில்லை. அது புராணங் ளில்தான் சாத்தியம். எத்தனையோ தப்புகள் நிகழ்ந்து கடைசியில் உருவான, பிழைகளால் பிழைத்த இயந்திரங்கள்தாம் நாம். நாம்தான் கடைசியா என்பது இன்னும் சில கோடி ஆண்டுகள் சென்றபின்தான் தெரியும்.

மனிதனின் டி.என்.ஏ. அந்த ஆதிகால ரெப்ளிகேட்டரிலிருந்து மாறி வந்தது என்பதை நம்புவதற்கு ஆதார சிந்தனா சாத்தியங்கள் உள்ளன.

டி.என்.ஏ. என்பது என்ன? ஒரு நீளமான சங்கிலி ந்யுக்ளி யோடைடுகள் (nucleotides) என்கிற சிறிய கூட்டணுக்களால் ஆன சங்கிலி. அதைக் கண்ணால் பார்க்க முடியாது. மிக நுட்பமானது. அதன் அமைப்பைச் சாமர்த்தியமாக மறைமுகமாகக் கண்டறிந் திருக்கிறார்கள். மாலிக்யூலர் பயாலஜி முறைகளின் மூலம்! அது ஒரு ஸ்பைரல், நூலேணி போன்றது; முறுக்கிக் கொண்ட

நூலேணி; டபிள் ஹெலிக்ஸ் எனக் கண்டுபிடித்த வாட்சன், க்ரிக் இரண்டு விஞ்ஞானிகளுக்கும் 1962-ல் நோபெல் பரிசு கிடைத்தது. அதை மரணமற்ற சுருள் (immortal coil) என்று ரிச்சர்டு டாக்கின்ஸ் சொல்கிறார். ஏன் என்று பிறகு சொல்வோம்.

இந்த ந்யூக்ளியோடைடுகள் நாம் சென்ற கட்டுரைகளில் சொன்ன நான்கே நான்கு வகைதான். ஏடிஸிஜி. இந்த ஏடிஸிஜி கூட்டணுக்கள் மனிதர்கள் மட்டுமின்றி தாவரங்கள், மிருகங்கள் எல்லாருக்கும் பொது. ஒரு நத்தைக்கும் நமக்கும் ஏடிஸிஜி அமைப்பு ஒன்றுதான். வரிசை அமைப்பிலும் எண்ணிக்கை யிலும்தான் வித்தியாசம். டிஎன்ஏ. நம் உடலில் எங்கும் இருக்கிறது. நம்முடைய செல்களில் அது வாசம் செய்கிறது. நம் மனித உடலில் மொத்தம் பத்துகோடி செல்கள் உள்ளன. மிகச் சிலவற்றைத் தவிர இந்த செல்கள் ஒவ்வொன்றிலும் நம் டிஎன்ஏயின் - ஒரு பிரதி இருக்கிறது.

டிஎன்ஏ என்பது என்ன? ஒரு மனிதனை உண்டாக்குவதற்கான செய்முறைக் குறிப்புகள். அது எப்படி எழுதப்படுகிறது? நான் முன்பே சொன்ன மாதிரி ஏடிஸிஜி என்ற நான்கெழுத்துச் சரங்களாக.

நம் உடம்பு ஒரு மிகப் பெரிய கட்டடம் என்று வைத்துக் கொண்டு இந்தப் படிமத்தைக் கொஞ்சம் தொடரலாம். உடம்பெனும் கட்டடத்தில் எத்தனையோ அறைகள் இருக்கின்றன. ஒவ்வொரு அறையிலும் ஒரு புத்தக அலமாரி இருக்கிறது. அந்தப் புத்தக அலமாரி ஒவ்வொன்றிலும் பல பாகங்கள் கொண்ட ஒரு புத்தகம் வைக்கப்பட்டிருக்கிறது. அந்தப் புத்தகத்தின் உள்ளடக்கம் என்ன? முழுக் கட்டத்தை உருவாக்கும் திட்டம், அதற்கான செய் முறைகள். ஒவ்வொரு அறையிலும் ஒரே புத்தகத்தின் ஒரு செட் பிரதிகள்.

இதில் மனிதன் கட்டடம்... அறைகள் அவன் செல்கள்... அலமாரி ஒரு செல்லின் உட்கரு... அதாவது நியூக்ளியஸ்... புத்தகம்தான் டிஎன்ஏ.

புத்தகம் 46 பாகங்கள் கொண்டது. (மனிதனுக்கு நாற்பத்தாறு பாகம். மற்ற உயிரினங்களுக்கு பாகங்களின் எண்ணிக்கையும் பக் கங்களின் எண்ணிக்கையும் வேறுபடும்) இந்தப் பாகங்களைத் தான் க்ரோமோசோம் என்று சொல்கிறோம். மொத்தம் 23

ஜோடிகள். நாற்பத்தாறு க்ரோமோஸோம்களை மைக்ராஸ்கோப் என்னும் நுண்ணோக்கி வழியாகப் பார்த்தால் நீண்ட நூல் போலத் தெரிகிறது. க்ரோமோஸோம் என்பது ஜீன்களின் சரங்கள்.

'ஒரே புத்தகத்தின் ஒவ்வொரு அறையிலும் வைத்தவர் யார்? புத்தகத்தை எழுதியவர் யார்?'என்ற கேள்வி உடனே உங்களுக்கு எழும். இதற்கு பதில் - ஸாரி யாரும் இல்லை, அவை நாச்சுரல் செலக்‌ஷன் - இயற்கையின் தேர்ந்தெடுப்பு என்கிற முறைகளின் படி மெல்ல மெல்ல உருவானவை.

அதுவும் கடைசி அறுபது கோடி வருஷங்களில் இதயம், கண், தசைகள் போன்ற புதிய தொழில்நுட்பங்கள் உன்னதப்பட்டு விட்டன. இனி வாழ்வெனும் புத்தகத்தில் உள்ள வியப்புகளைப் பார்க்கலாம்.

முதல் வியப்பு, ஒவ்வொரு சொல்லிலும் ஒரு பிரதி எதற்காக? இதில் பொதிந்திருக்கும் சவால்தான் அச்சுறுத்துகிறது. இதோ பார் புத்தகம். இதில் எல்லாச் செய்முறைகளும் இருக்கின்றன. இதன் காப்பிகள் உடலின் எந்தக் கடையிலும் கிடைக்கும். அதை வைத்துக் கொண்டு மனிதா, உனக்குச் சாமர்த்தியம் இருந்தால் மற்றொரு மனிதனை உருவாக்கிக் கொள் என்று இயற்கை நமக்குவிடும் சவாலா?

டிஎன்ஏ கூட்டணுக்கள் இரண்டு முக்கிய காரியங்கள் செய்கின்றன. முதலாவதாகப் பிரதியெடுத்துக் கொள் கின்றன. பூமியில் உயிர் தோன்றிய காலத்திலிருந்து இந்தப் பணி நிற்காமல் தொடர்ந்து வந்திருக்கிறது. உங்கள் உடலில் பல்லாயிரம் கோடி செல்கள் உள்ளன. ஆனால் ஆரம்பத்தில் நீங்கள் தாய் வயிற்றில் கருவுற்ற போது ஒரு செல்லாகத்தான் இருந்தீர்கள். அது இரண்டு, நான்கு, எட்டு, பதினாறு என்று கருவில் இருக்கும்போதே சடசடவென்று பெருகி ஒன்பது மாதங்களிலேயே முழுக் குழந்தையாகிறது.

இதில் விந்தை, ஒவ்வொரு முறை இரட்டிப்பாகும் போதும் கட்டுமானத் திட்டங்கள் அத்தனையும் விசுவாசமாக அந்த செல்களிலிருந்து பிரதியெடுக் கப்படுகின்றன. பிழையே இல்லாமல் அல்லது மிக அரிதான பிழையுடன். டிஎன்ஏ சரத்தில் இருப்பது செயல் குறிப்புகள். அவை எப்படி உடலின் பாகங் களாக மாற்றுகிறது? இதுதான் டிஎன்ஏ-யின் இரண்டாவது முக்கியப் பணி. அதாவது, மறை முகமாக ப்ரோட்டீன் தயாரிக்க உதவுவது, ஏடிஸிஜி எழுத்தில் இருக்கும் ரசாயன பந்தங்களை அமினோ அமிலங்களாக இவை மாற்றிக் கொள்கின்றன. அவற்றிலிருந்து புரதங்கள் செய்யப்படுகின்றன என்று சொன்னோம். ப்ரோட்டீன் செய்தால் போதுமா? அது எப்படி உடம்பாகிறது, நகமாகிறது,

தசையாகிறது, இதயமாகிறது, கண்ணாகிறது? ப்ரோட்டின்கள் நம் உடலின் வெளி அமைப்பின் முக்கிய அங்கங்கள் மட்டும் அல்ல. அவை செல்லுக்குள் ஏற்படும் ரசாயன மாற்றங்களையும் கட்டுப்படுத்துகின்றன. வேளை பார்த்து அவற்றை உயிர்ப்பிக் கின்றன. பெருகு என்று ஆணை தருகிறது. இதெல்லாம் சேர்ந்து கடைசியில் எப்படி ஒரு குழந்தையாக உருவாகிறது என்கிற கதையை முழுவதும் அறிய எம்ப்ரயாலஜிஸ்டுகள் என்னும் கருவியலாளர்களுக்கு இன்னும் பல வருடங்கள் ஏன், ஒரு நூற்றாண்டு கூட ஆகலாம்.

ஆனால், முழுமையாக அறியப்படாத விதத்தில், பிரிந்த செல்களில் இருக்கும் செயல்முறைகளில் ஒரு பகுதி மட்டும்தான் உயிர்ப்பிக்கப்படுகிறது. நான் சருமம், நான் கண், நான் நகம், நான் மயிர் என்று ஒவ்வொன்றும் அதற்குரிய குறிப்புகளை மட்டும் தேர்ந்தெடுத்துக் கொள்கின்றன. ஒரு ஆர்கெஸ்ட்ராவில் மெட்டும் பாடலும் எல்லாருக்கும் ஒன்றுதான் என்றாலும் எழுதிக் கொடுத்த சங்கீதக் குறியீடுகளைப் பார்த்து அவரவர் முறை வரும்போது வாசிப்பது போல, இந்த உயிரின் சங்கீதம் அந்த அந்த அங்கமாக மாறுவது மற்றொரு விந்தை.

உங்கள் ஜீன்கள் உங்கள் உடலமைப்பை நிச்சயம் கட்டுப்படுத்து கின்றன. சுருள் முடி, கண் பாப்பா நிறம், எல்லாம் வம்சத்தின் செய்திகள். ஆனால் வாழ்க்கையில் நாம் கற்றுக்கொண்ட திறமைகளையும், அறிவையும் அனுபவத்தையும் நம் ஜீன்களின் மூலம் நம் பிள்ளைகளுக்கு கடத்த முடியாது. நான் ப்ரெஞ்சு படித்ததால் என் குழந்தை பிறந்த உடனே ப்ரெஞ்சு படிக்காது. ஆனால் என் பூனைக்கண் என் குழந்தைக்கு வரும். முடியின் நிறம், டயாபடிஸ் போன்றவற்றுக்கு வம்சம் காரணம். .

ஒரு மனித உடலை உருவாக்கும் திட்டங்கள் 46 பாகம் கொண்ட வாழ்வெனும் புத்தகத்தில் எழுதியுள்ளது என்று சொன்னோம். 46 பாகம் என்பதைவிட, 23 ஜோடி பாகங்கள் என்று சொல்வதே சரி...அதற்குக் காரணம் இருக்கிறது. ஒவ்வொரு ஜீனிலும் இரண்டு பாகங்கள் உள்ளன. அவை பாகம் 1ஏ, 2ஏ, 3ஏ, 3-பி என்று 23ஏ-23பி வரை இரட்டை இரட்டையாக க்ரோமோசோம்கள் உள்ளன. இதில் ஒரு செட் தந்தையின் விந்துவிலிருந்தும் மற்றொரு செட் தாயின் முட்டையில் இருந்தும் பெறுகிறோம். ஒவ்வொரு செல்லிலும் 23 அப்பாவுடையது 23 அம்மா! இந்த 23 ஜோடிகள் ஒன்றை ஒன்று தொட்டுக் கொண்டோ... அருகரு

கிலோ இருக்கலாம். ஆனால், உள்ளடக்கம் இரண்டிலும் ஒன்று தான். உதாரணமாகக் கண்ணின் நிறம், ஒரு பேச்சுக்கு 7ஏ என்ற பாகத்தில் தந்தையின் கண்ணின் நிறம் என்பதற்கான செயல் முறை இருக்கலாம். அப்படியிருந்தால் பாகம் 7பி-யிலும் தாயின் கண் நிறம் பற்றிய செய்தி இருக்கும். இரண்டு பாகத்திலும் கறுப்பு என்று சொல்லப்பட்டிருந்தால் பிரச்னை இல்லை. தந்தை பூனைக் கண்ணாக தாய் கறுப்புக் கண்ணாக இருந்தால் கரு வளரும் போது கரெக்டாக கண் பண்ண வரும்போது நீ என்ன சொல்றே? நீ? என்று இரண்டையும் கேட்டு அதில் ஒன்று தேர்ந்தெடுக்கப்படுகிறது...எதை, எப்படி தேர்ந்தெடுக்கிறது என்பது மற்றொரு விந்தை.

எப்படியோ மாறுபட்ட விஷயங்களில் ஒன்று நிராகரிக்கப் படுகிறது. ஆனால், அந்தச் செயல்முறை அழிக்கப்படுவ தில்லை. அடுத்த சந்ததிக்கு அது பத்திரமாக இருக்கும். இவ்வாறு நிராகரிக்கப்பட்ட ஜீனை பின்தங்கியது (recessive) என்கிறார்கள். ஏற்கப்பட்டதை முந்திக் கொண்டது (dominant) என்கிறார்கள். உங்கள் வம்சத்தில் பூனைக் கண்ணோ, செம்பட்டை முடியோ இருந்தால், அது போகவே போகாது. உள்ளே செல் வழியே வந்து கொண்டே இருக்கும். எப்போதாவது திடீரென்று முன்னுக்கு வந்துவிடும். அப்பா, அம்மா இரண்டு பேருக்குமே இல்லாத பூனைக் கண்ணுடன் குழந்தைகள் பிறப்பதும் ஆல்பைனோ என்ற முழுக்க முழுக்க வெள்ளைத்தோல் மற்றும் வெள்ளைத் தலைமயிர் புருவத்துடன் குழந்தை நார்மலான தம்பதிகளுக்கு பிறப்பதும் இதனால்தான். ரிஸெஸீவ் ஜீன் மற்றொரு சந்தர்ப்பத்தில் டாமினென்ட்டானதால்.

ஒரு செல் தன் 46 ஜீன்களையும் படியெடுத்து இரண்டாகப் பிரிவதை மிட்டோசிஸ் (mitosis) என்கிறார்கள். ஆணின் விந்து மற்றும் பெண்ணின் முட்டை இரண்டுக்கும் இடையில் மட்டுமே மையோஸிஸ் (myosis) என்னும் பிரிவு ஏற்படுகிறது. 23க்ரோமோ சோம்களை மட்டுமே பிரதியெடுக்கிறது. புத்தகத்தின் ஒவ்வொரு பாகமும் அதில் உண்டு, எதற்குமே இரண்டு காப்பி கிடையாது. ஏ அல்லது பி ஒன்றைத்தான் எடுத்துக் கொள்கிறது. இது ஜீனின் மற்றொரு அதிசயம். இந்த அதிசயப் புத்தகத்தைத்தான் என்ன, ஏது என்று விஞ்ஞானிகள் படித்து முடித்திருக்கிறார்கள். உன்னத மான இந்த ஆராய்ச்சியில் சுவாரஸ்யமான சண்டையை அலச லாம், அடுத்தபடியாக.

வாழ்க்கையெனும் புத்தகத்தைப் படித்து முடித்த வர்கள் இரு குழுவினர். அமெரிக்க அரசின் தேசிய சுகாதார நிறுவனத்தின் ஜீனோம் பிரிவின் தலைவர் ஃப்ரான்சிஸ் காலின்ஸ் என்பவரும் செலரோ ஜெனோமிக்ஸ் என்னும் தனியார் நிறுவனத்தின் தலைவர் கிரேக் வென்ட்டர் என்பவரும் இந்த ஜீன் ஓட்டப்பந்தயத்தின் இரண்டு காப்டன்கள். இவர் களில் யாருக்கு வெற்றி? வெற்றியின் மதிப்பும் தரமும் என்ன என்பதைப் பற்றி கருத்து வேறு பாடுகள் உள்ளன.

அமெரிக்க அரசின் முயற்சிக்குத் துணையாக பிரிட் டிஷ் நிருபர்களைக் கூப்பிட்டுப் பேட்டி கொடுப்பது அறிவிப்புகள் செய்வது என்று தடாலடி செய்தார் வென்ட்டர். அரசு தரப்பினர் நிதானமாக ஆரவாரம் இல்லாமல் காரியத்தைத் தொடர்ந்து செய்தார்கள்.

அவ்வப்போது குத்திக் காட்டும்படி வென்ட்டர் ஏதாவது அறிக்கை விடுவார். (மனிதனை என்னிடம் விட்டுவிடுங்கள். முதலில் எலியின் ஜீனோமை நீங்கள் படித்து முடியுங்கள்).

சமீபத்தில்தான் இந்தச் சண்டையை ஒருவாறு பில் கிளிண்ட்டனும் டோனி ப்ளேரும் தீர்த்துவைத்து, இந்த அறிவு, தனி மனிதப் பொறாமைகளுக்கும்,

சண்டைகளுக்கும் அப்பாற்பட்டது. உலக அறிவு எல்லாருக்கும் பொது என்று அறிவித்தனர்.

போட்டி டிராவில் முடிந்துவிட்டது. ஆனால், நிபுணர்களைக் கேட்டால், அலட்டல் அதிகமாக இருந்தாலும், வென்டரின் ஆராய்ச்சி முழுமையானது, பயனுள்ளது என்று தயக்கத்துடன் ஒப்புக்கொள்கிறார்கள்.

வாழ்க்கைப் புத்தகத்தை இரண்டு பேரும் அர்த்தம் புரியாமலே படித்துவிட்டார்கள். மிச்சமிருக்கும் பணி - வார்த்தைகளை முழுமையாகப் புரிந்து கொள்ள வேண்டியது. அங்கங்கே திட்டுத் திட்டாகச் சில பக்கங்கள் மட்டும்தான் புரிகிறது. லட்சம் பக்கங்களில் படிக்க வேண்டியதே பாக்கி நிறைய இருக்கிறது. இதுவரை கண்டு பிடித்தது முழுவதும் இன்டர்நெட்டில் இருக் கிறது. யார் வேண்டுமானாலும் அணுகி புத்தகத்தை இறக்கிக் கொள்ளலாம். (www.ncbi.nlm.nih.gov) என்கிற வலைமனையில் அத்தனையும் இருக்கிறது. அதில் ஆராய்ச்சி செய்ய விரும்பினால் தாராளமாகத் தொடரலாம்.

இரண்டு குழுவும் சண்டை போட்டு ஒரு தாற்காலிக சமாதானத் துக்கு வந்தாகிவிட்டது. இனி நாம் கவனிக்க வேண்டியது என்னென்ன?

1. அந்தரங்கம் - ஒரு கைக்குட்டையில் மூக்கு சிந்தினாலே அதிலுள்ள டி.என்.ஏ.யை அலசி மூக்குச் சொந்தக்காரருக்கு பார்கின்ஸன் நோயோ அல்ஸைமரோ வரலாம் என்று கண்டுகொள்ள முடியும். இதை தவிர்க்க, அந்தரங்கப் பாதுகாப்புச் சட்டம் கொண்டு வர வேண்டியிருக்கும்.

2. தலைவிதிக்குப் பதிலாக ஜீன் விதி வந்துவிடக்கூடாது. 'இறைச்சி, தோல், எலும்பிலும் இலக்கமிட்டிருக்குமோ!' என்று எழுதிய சித்தர் பாடல் இப்போது பொருந்துகிறது. நான் செய்கிற நல்லது கெட்டதுக்கெல்லாம் என் ஜீன்தான் காரணம். என் காரியங்கள் எதற்கும் நான் பொறுப்பல்ல என்கிற அசட்டைப் போக்கு, மனிதர்களிடம் வர வாய்ப்பு உள்ளது. இதை ஜெனட்டிக் டிடர்மினிசம் (Genetic Determinism) என்கிறார்கள். டயபடீஸ் ஒருவர் ஜீனில் இருக்கிறது என்றால், அது அவருக்கு வந்தே தீரும் என்பது கட்டாயமாக நிரூபிக்கப் படவில்லை. ஒரே ஜீன் அமைப்பு கொண்ட இரட்டைப்

பிள்ளைகளில் செய்த ஆராய்ச்சியின் முடிவில் ஒருவருக்கு வருகிறது... ஒருவருக்கு வருவதில்லை என நிரூபித்திருக் கிறார்கள். ஜீன்தான் ஆதாரக் காரணமாக இருந்தாலும் அதற்கு மேல் சூழ்நிலைக் காரணங்களும் உள்ளன. அதனால் இப்போதே ஜீனைக் குறை சொல்லிக் கொண்டு உற்சாக மிழந்து விடக்கூடாது.

3. பேட்டண்ட் உரிமங்கள் - அமெரிக்காவில் தற்போதுள்ள பேட்டண்ட் சட்டங்களின்படி, ஒரு ஜீனின் எந்த பாகத்தையும் கண்டுபிடித்தவர் அதை பேட்டண்ட் எடுக்கலாம். அதனால் புது மருந்துகளைக் கண்டுபிடிப்பதில் தயக்கங்களும் தடை களும் ஏற்படும். பாஸ்மதி அரிசி, மஞ்சள் எல்லாவற்றையும் பேட்டண்ட் எடுத்தவர்கள் அவர்கள். அதனால் பேட்டண்ட் விதிகளை மாற்றியமைத்து, ஜீன் சம்பந்தப்பட்ட எல்லா அறிவும் உலக மக்களுக்குப் பொது என்று உலக நாடுகள் ஒப்புக் கொள்ள வேண்டும்.

4. திருத்தும் உரிமை - இதுவும் மிகவும் விவாதத்துக்குரியது. மனிதனின் ஜெனட்டிக் கோடு சரியில்லை. அங்கங்கே திருத்திப் பார்க்கலாமே என்று சிலர் யோசனை சொல்கி றார்கள். இது பைபிள் அல்லது ஷேக்ஸ்பியர், நாடகங்கள் அங்கங்கே சரியில்லை, திருத்தி எழுதலாமே என்று சொல்வதுபோல.

இந்த முந்நூறு கோடி வார்த்தைப் புத்தகம் முந்நூற்றைம்பது கோடி வருடங்களாக எழுதப்பட்டிருக்கிறது. அதை முந்தாநாள் ஆசாமிகளாகிய நாம் திருத்தி அமைக்க நினைப்பதே பாவம் அல்லது அடாவடித்தனம் என்று சொல்கிறார்கள். புத்தகத்தை மாற்றுவதைத் தடைசெய்ய வேண்டும் என்கிறார்கள்.

5. ஆதாரங்கள் - நம் உலகின் மக்கள்தொகை 600 கோடி. இதற்கு ஏழாயிரம் தலைமுறைகள் பின்னால் போனால் சுமார் ஐம்பதாயிரம் மக்கள் தொகை கொண்ட ஒரு சிறிய குழுவில் முடிகிறது. அதனால்தான் நம் ஜீனில் 99.9 சதவிகிதம் ஓரே மாதிரியாக இருக்கிறது. இது நம் சிந்தனை முறையில் ஏற்படுத்தும் பாதிப்புகளைக் கவனிக்க வேண்டும். ஜீன்களை அறிய அறிய, பாரதி சொன்னது எவ்வளவு பொருத்தம் என்று பிரமிப்பு ஏற்படுகிறது.

வானில் பறக்கின்ற புள்ளெல்லாம் நான்;
மண்ணில் திரியும் விலங்கெல்லாம் நான்;
கானில் வளரும் மரமெலாம் நான்;
காற்றும் புனலும் கடலுமே நான்.

இனி வாழ்க்கைப் புத்தகத்தை எப்படிப் படித்தார்கள் என்பதைப் பார்ப்போம்.

அதற்கு இரண்டு முறைகள் உள்ளன. பிரித்துப் படித்துப் பொருந்திப் பார்த்தல் அல்லது முழுசாகப் படித்தல்.

இரண்டு முறைகளுக்குமே நவீன மாலிக்யூலர் பயாலஜி இயலுக்கான கருவிகளும் கம்ப்யூட்டர்களும் அதிக அளவில் பயன் படுகின்றன.

ஜீனோமை எப்படி விஞ்ஞானிகள் படித்தார்கள் என்பதைப் பற்றி இப்போது வியப்போம்.

மனிதர்களின் க்ரோமோசோம்களிலிருந்து டி.என்.ஏ.யைச் சின்னச் சின்னப் பகுதிகளாகப் பிரிக்கிறார்கள். மிக்ஸி போன்ற ஒரு சாதனத்தில் அதைப் போட்டு சுழற்றினாலே டி.என்.ஏ.க்கள் சிதறிப் போய்விடும். இப்படி வெட்டியதை ஸீக்வென்ஸர் (Sequencer) என்னும் ஒரு தானி யங்கும் இயந்திரத்தில் கொடுக்கிறார்கள். அந்த இயந்திரம், ஜீனை - ஒரே சமயத்தில் 500 எழுத்து களைப் படிக்கும் வல்லமை கொண்டது. (இதன் நவீன மாடல்கள் ஐந்து மடங்கு அதிக வேகம் கொண்டவை).

படித்தது அனைத்தையும் ஓர் அதிவேக கம்ப்யூட் டரில் உள்ளிடுகிறார்கள். இதற்காகவே தனிப்பட்டு எழுதப்பட்ட ஒரு நூதன மென்பொருளைப் பயன் படுத்தி, கலைத்துப் போட்டு, படித்ததை மீண்டும் வரிசைப்படுத்தி ஒழுங்குபடுத்துகிறது கம்ப்யூட்டர். தனித்தனியாக வெட்டிக் கலந்ததை ஒன்றிணைந்துப் பொருத்தம் பார்த்து, அருகருகே வைத்துப் பார்த்து, மிகையாகத் திரும்பத் திரும்ப வரும் எழுத்துகளை நீக்கி ஒரு வழியாக அருகருகே ஒட்ட வைக்கிறது. அது ஒரு முழு நீள வாக்கியமாகிறது.

இதில் ஜீன்கள் மூன்று சதம்தான் இருக்கும். எது ஜீன் என்று கண்டுபிடிக்க கம்ப்யூட்டர் ப்ரோக்ராம்கள் உள்ளன. எல்லா ஜீன்களுக்கும் ஒரேவிதமான முன்னுரையும் முடிவுரையும் உண்டு. அவற்றை அடையாளம் கண்டுகொண்டு, இடையே இருப்பதுதான் ஜீன் என்று தெரிந்து கொண்டு அதைத் தனிப் படுத்தி எழுதுகிறார்கள். முன்பே தெரிந்த ஜீன் அமைப்புகளுடன் ஒப்பிடுகிறார்கள்.

ஷாட்கன் முறை (shotgun method) என்று சொல்லப்படும் இந்த முறையைத்தான் பெரும்பாலான ஆராய்ச்சி நிலையங்களில் பயன்படுத்துகிறார்கள். ஆராய்ச்சி ஆரம்பித்த ஒரு வருஷத்தில் இருபது லட்சம் எழுத்துகள் கொண்ட ஹோமோஃபிலஸ் இன்ஃப்ளூயென்ஸே என்னும் பாக்டீரியாவின் முழு ஜீனோமைப் படித்துவிட்டார்கள். இந்த பாக்டீரியாதான் உலகில் முழுவதும் அறுதியிடப்பட்ட முதல் உயிரினம். மெனின் ஜைட்டிஸ், காதுவலி, மூச்சடைப்பு போன்ற வியாதிகளுக் கெல்லாம் காரணமான வில்லன். இதே முறையைப் பயன்படுத்தி இதுவரை 30 உயிரினங்களின் ஜீனோமைப் படித்திருக்கிறார்கள்.

ட்ராஸோஃபிலா மேலானோகாஸ்டர் (Drosophila melanogaster) என்றொரு பழ ஈ. இதன் ஜீனுக்கும் மனித ஜீனுக்கும் நிறைய ஒற்றுமைகள் உள்ளன. இதையும் முழுவதும் படித்து விட்டார்கள். இப்படி அனுதினம் படித்ததை உடனே வலை தளத்தில் பதிப்பித்துக் கொண்டிருக்கிறார்கள்.

இப்போது, இந்த மாய மாற்றத்தை ஒரு டி.என்.ஏ. எப்படி செயல்படுத்துகிறது? எப்படி அமினோ அமிலமாகி, புரதமாகி, உடலுறுப்பாகிறது என்பதைக் கொஞ்சம் ஆழமாக உள்ளே நுழைந்து பார்க்கலாம். பயப்படாதீர்கள். அடிப்படையாக சில டெக்னிக்கல் வார்த்தைகள் மட்டுமே தேவை. அவற்றை அறிந்து கொண்டுவிட்டால் மற்றதெல்லாம் சுலபமே.

எந்த க்ரோமோஸோம் என்ன செய்கிறது என்பதையெல்லாம் ஒவ்வொன்றாக நோக்கப் பயன்படும் நவீன மரபியல் ஜெனட்டிக்ஸ் மிக மிகச் சிக்கலானது. அதில் உள்ள பெயர்களும் ரசாயன மாற்றங்களும் தலை சுற்றும். தேவைப்பட்டதை மட்டும் எடுத்துக் கொண்டு, எளிமைப்படுத்தும் போது ஓவராகப் போகாமல் சிக்கலைக் குறைத்திருக்கிறேன். புரியவில்லை என்றால் பதற வேண்டாம். திரும்பப் படித்தால் விளங்கும்.

அல்லது உயிரியல் - விலங்கியல் (பயாலஜி - ஜூவாலஜி) படிக்கும் மாணவ மாணவிகளைக் கேட்டுப் புரிந்து கொள்ளலாம்.

கருவுற்ற போது ஒற்றை செல்லாக ஆரம்பித்து வளர்ந்த முழு மனித உடலில் மொத்தம் கோடி கோடி செல்கள் உள்ளன. அதாவது கோடி கோடி! அவற்றில் பெரும்பாலான செல்களின் குறுக்களவு ஒரு மில்லி மீட்டரில் பத்தில் ஒரு பாகம்தான். ஒவ்வொரு செல்லுக்கும் கறுப்பாக ஒரு மைய பாகம் உள்ளது - அது நியூக்ளியஸ். இந்த நியூக்ளியஸில்தான் நம் 23 ஜோடி க்ரோமோ ஸோம் சகோதரர்கள் இருக்கிறார்கள். இரட்டையர்கள்! முன்பு சொன்னபடி ஆணின் விந்து, பெண்ணின் முட்டை, ரத்தத்தின் சிவப்பணு இவை தவிர, மற்ற எல்லாச் செல்களிலும் 23 ஜோடிகள். இரண்டு செட் புத்தகங்கள் உண்டு. சிவப்பணு செல்களில் க்ரோமோஸோம்கள் சுத்தமாகக் கிடையாது. விந்துவிலும் முட்டையிலும் ஒரு செட் மட்டும் இருக்கும்.

23 ஜோடி க்ரோமோஸோம்களும் ஒரே மாதிரியான 50 ஆயிரத்தி லிருந்து லட்சம் வரை ஜீன்கள் கொண்டவை. அப்பா செட்டுக்கும் அம்மா செட்டுக்கும் லேசான வேறுபாடுகள் உண்டு என்றும் சொன்னோம். (உதாரணம் - கண்ணின் நிறம்) நாம் வம்ச விருத் திக்கு நம் ஜீன்களைக் கடத்தும்போது கொஞ்சம் அம்மா செட் கொஞ்சம் அப்பா செட்டிலிருந்து கலந்துதான் கடத்துகிறோம். இந்தக் கலக்கலுக்கு காம்பினேஷன் என்று பெயர்.

ஜீனோம் என்பது வாழ்க்கைப் புத்தகம் என்று சொன்னோம். க்ரோமோஸோம்கள் அதன் அத்தியாயங்கள். புத்தகத்தில் பல்லாயிரக்கணக்கான கதைகள், அவைதான் ஜீன்கள். இப்போது சில புதிய வார்த்தைகளை அறிமுகம் செய்கிறேன்.

ஜீன் கதையின் ஒவ்வொரு பாராவையும் எக்ஸான் என்கிறார்கள். இவற்றுக்கிடையே விளம்பரங்கள் போல இன்ட்ரான்கள். ஒவ்வொரு பாராவின் வார்த்தைகளை கோடான் என்கிறார்கள். எழுத்துக்களை பேஸ் என்கிறார்கள். அந்த எழுத்துக்கள் திரும்பத் திரும்ப நான்குதான். அதாவது, ஏ.டி.சி.ஜி. ஆகிய நான்கு எழுத்துக்கள். இதில் மூன்று எழுத்துக்கள் கொண்டது ஒரு வார்த்தையாகிறது. இப்படிக் கணக்கிட்டால் வாழ்வெனும் புத்தகம் நூறு கோடி வார்த்தைகளாலானது. அதை அச்சடித்துப் பார்த்தால் சுமார் 2000 ஜூனியர் விகடன் இதழ்களை நிரப்புமளவு வரும். ஒரு செகண்டுக்கு ஒரு வார்த்தையாகத் தினம் எட்டு மணி

நேரம் படித்தால் மொத்தத்தையும் படித்து முடிக்க நூறு வருஷங் கள் ஆகும். ஒரு எழுத்து ஒரு மில்லி மீட்டர் என்று சும்மா ஒரு பேச்சுக்கு எடுத்துக் கொண்டால், எழுத்துக்களை அருகருகே வைத்தால், கங்கை நதியைவிட அதிக நீளமாக இருக்கும். இத்தனையும் ந்யூக்ளியஸில் ஊசி முனை அளவுக்குள் சுருட்டி வைக்கப்பட்டிருக்கிறது.

ஏ.டி.ஸி.ஜி. நான்கெழுத்துக்களில் மூன்று எழுத்துக் கொண்ட வார்த்தைகளாக எழுதப்பட்ட இந்த நீண்ட புத்தகம், தக்க சமயத்தில் தன்னைத்தானே பிரதியெடுத்துக் கொள்ளும். தன்னைத்தானே படித்துப் புரிந்து கொண்டு செயல்படவும் செய்யும். பிரதியெடுப்பதை ரெப்ளிகேஷன் என்பார்கள். படிப்பதை ட்ரான்ஸ்லேஷன் என்பார்கள்.

(ஆரம்பக் குறிப்பு: இந்த அத்தியாயத்தைக் கஷ்டப் பட்டுப் புரிந்து கொண்டுவிட்டீர்கள் என்றால், இனி வரப்போகும் அதிசயங்களை வியப்பது சுலபமாகி விடும்).

டி.என்.ஏ. எப்படித் தன்னை இரட்டித்துக் கொள் கிறது என்பதைப் பார்ப்போம். அதன் ஏ.டி.ஸி.ஜி. பேஸ்களுக்கு உள்ள ஒரு தனி குணம் இதற்குக் காரணமாகிறது.

நாலு எழுத்துகளும் ஜோடி சேரும்போது ஏ என்பது டி யுடன்தான் சேரும். ஜி என்பது ஸி-யுடன் தான் சேரும். அவற்றின் ரசாயன அமைப்பு அப்படி. இந்தப் பூட்டுக்கு இது சாவி என்கிற மாதிரி அல்லது பொருத்தம் பார்த்து ஒட்டவைக்கும் ஜிக்ஸா பஸில் போல இதற்கு அதும் - அதற்கு இதும் பொருத்தம் என அமைந்திருக்கின்றன.

இதனால்தான் டி.என்.ஏ. சரம் என்பது ஏ.டி.ஸி.ஜி அதனதன் ஜோடிகளுடன் பொருந்தி ஒரு நூலேணி போல முறுக்கிக் கொண்டிருக்கிறது. ஒரு சரத்தின் பொருத்தமான ஜோடியை காம்ப்ளிமெண்டரி என் பார்கள். ஒரு டி.என்.ஏ. சரத்தை குறுக்குவாட்டில் ஜிப் போலப் பிரித்து - தனிப்படுத்தி வெளியே விட்டால் மறுபடி அவை ஜோடி சேர்ந்து கொண்டு பழையபடி இரட்டைச் சரமாகிவிடும். எளிமையாகச் சொல்லப்

போனால் ஏ.ஸி.ஜி.டி என்ற வரிசையில் ஒரு சரம் இருந்தால், அதன் காம்ப்ளிமெண்டரி இணைச்சரம் டி.ஜி.ஸி.ஏ இந்த டி.ஜி.ஸி.ஏ பிரிந்து வந்தால், சுற்றிலும் உள்ள பொருள்களிலிருந்து தன் காம்ப்ளிமெண்டரி ஏ.டி.ஸி.ஜி-யை அதற்கேற்ற வரிசையில் தேடிச் சேர்த்துக் கொள்ளும். அங்கே தனியே விடப்பட்ட ஏ.டி.ஸி.ஜி.யும் தனக்கொரு டி.ஜி.ஸி.ஏ.வைத் தேடிச் சேர்த்துக் கொள்ளும். இப்படி ராமு - சோமு ஜோடியாக இருக்க சோமுவைப் பிரித்தால், மற்றொரு ராமுவை சேர்த்துக் கொள்வான். இங்கே உள்ள ராமு மற்றொரு சோமுவை தேடிக் கொள்ள ... விளைவு? இரண்டு ஜோடி ராமு - சோமு.

இரண்டு ராமு சோமுவும் சிறிது நேரத்தில் நான்காகி, நான்கு எட்டாகி, இப்படி பெருகிக் கொண்டு போகும். இவ்வாறு பெருக்கினால் மட்டும் போதாது. ஏ.டி.ஸி.ஜி. எழுத்துக்களைப் படித்துப் பார்த்து அவற்றின் குறிப்புகளைச் செயல்படுத்த வேண்டும். அதைத்தான் ட்ரான்ஸ்லேஷன் என்று சொன்னோம்.

இது சற்று சிக்கலானது. இதற்காக நடுவாந்தரமாக ஒரு தரகர் தோன்றுகிறார். துவக்கத்தில் இதிலும் பிரதியெடுக்கும் முறை அதேதான். ஆனால், பிரதி சற்று வேறுபட்டது. டி.என்.ஏ என்பது ஆர்.என்.ஏ-யாகப் பிரதியெடுக்கப்படுகிறது. ஆர்.என்.ஏ., டி.என்.ஏ.போலத்தான். ஆனால் அதற்கு டி என்ற எழுத்துக் கிடையாது. அதற்குப் பதில் யு என்ற எழுத்தாக மாற்றுகிறது. யு என்பது யுராசில் என்கிற ரசாயனப் பொருளைக் குறிக்கும்.

ஆர்.என்.ஏ. பிரதியை மெசெஞ்ஜர் தகவல்காரர் என்று சொல் வார்கள். பிரதியெடுத்தபின் அவசியமற்ற இன்ட்ரான்களை யெல்லாம் நீக்கிச் சுருக்குகிறது. இதன்பின் ரைபோஸோம் என்கிற ஒரு சங்கதியுடன் ஆர்.என்.ஏ. நட்புக் கொள்கிறது. அய்யா...ரைபோஸோம்மே! இதோ பாரும். டி.என்.ஏ.யைப் பிரதி எடுத்து, சுருக்கித் திருத்திய பதிப்பு கொண்டு வந்திருக் கிறேன். இதைப் படித்து என்ன செய்ய வேண்டும் என்று சொல்லும் என ரைபோஸோமைக் கேட்கிறது. ஆர்.என்.ஏ-யின் ஒவ்வொரு எழுத்தையும் ரைபோஸோம் வரிசையாகப் பரிசீ லித்து அதை மற்றொரு எழுத்துச்சரமாக மாற்றுகிறது. இந்த எழுத்துகள் தான் அமினோ அமிலங்கள். இருபது வகை அமினோ அமிலங்கள், இவை மொத்தம் 64 எழுத்துகள். இதன் பின் இந்த அமினோ அமிலங்கள் ஒன்றுடன் ஒன்று கோக்கப்பட்டு சுருட்டி வைக்கப்படுகின்றன. இதைத்தான் ப்ரோட்டீன் என்கிறோம்.

நம் உடலின் அனைத்து பாகங்களும் ப்ரோட்டீனால் ஆனவை அல்லது ப்ரோட்டீனால் உருவாக்கப்படுபவை. தலை மயிர், நகம், சருமம், ஹார்மோன்கள்... ஒவ்வொரு ப்ரோட்டீனும் மேலே சொன்னபடி மொழி பெயர்க்கப்பட்ட ஜீன்தான். உடலின் பருவ மாறுதல்கள், ஜீரணம், மற்ற ரசாயன மாறுதல்கள் எல்லாம் என்ஸைம் என்னும் ப்ரோட்டீனால் நடைபெறுகின்றன. ப்ரோட் டீன் தான் ஜீன்களுக்கு ஆணை கொடுக்கிறது. காதலைக்கூட ஏதாவது ஒரு ப்ரோட்டீனுடன் சம்பந்தப்படுத்தலாம்.

இதில் விந்தை ரெப்ளிகேஷன், ட்ரான்ஸ்லேஷன் போன்ற செயல்களையும் கட்டுப்படுத்துவது ப்ரோட்டீன்களே. அதாவது டி.என்.ஏ. ரைபோஸோம் உதவியோடு ப்ரோட்டீன்கள் தயாராகி, அதே ஆர்.என்.ஏ. மற்றும் ரைபோஸோம்களைக் கட்டுப் படுத்துவதும் அவையே. பிள்ளை பிறந்ததும் அப்பாவை, 'பெரிசு நீ இப்ப என்ன பண்றேன்னா...'என்று அந்த அப்பாவையே கட்டுப்படுத்தும் நிஜவாழ்வு உதாரணம் இதற்குப் பொருத்தம். டி.என்.ஏ. செய்திகளின் ஆரம்பத்தில் தம்மை ஒட்டவைத்துக் கொண்டு ஜீன்களை உயிர்ப்பிப்பதும் ப்ரோட்டீன்தான். உயிர் வாழ நன்றி சொல்ல யாரையாவது வணங்க வேண்டும் என்றால் அது ப்ரோட்டீன்களைத்தான்!

'நாட்டிலும் வீட்டிலும் யாவரும் வாழவைக்கும் (ப்)ரோட்டீனை எண்ணி வணங்கு'எனக் குறள் வெண்பா எழுதலாம்.

டி.என்.ஏ. படியெடுக்கும்போதும் சில பிழைகள் நேர்ந்து விடுகின்றன என்று சொன்னோம். இதைத்தான் ம்யூட்டேஷன் என்கிறார்கள். பல ம்யூட்டேஷன்கள் உபத்திரவமில்லாதவை. அவற்றால் பாதிப்பு ஏற்படாமல் போகலாம். ஒரு தலை முறையில் சராசரியாக நூறு பிழைகள் ஏற்படுகின்றன என்று கணக்கிட்டிருக்கிறார்கள். கோடான கோடி சரங்களின் லட்சக் கணக்கான எழுத்துகளில் நூறு பிழைகள் என்பது சொற்பமே. ஆனால், சில சமயங்களில் மிக சீரியஸான ஒரு பிழை கூட உயிருக்கு ஆபத்தாகலாம். கேன்சர் இப்படிப்பட்ட பிழைதான். இதைப் பின்னால் விவரமாகப் பார்க்கலாம்.

இருபத்திமூன்று க்ரோமோஸோம்களில்தான் எல்லா ஜீனும் உள்ளது என்று சொல்வதும் சரியில்லை. மிட்டோகாண்ட்ரியா என்பதிலும் சில ஜீன்கள் இருக்கிறதாகச் சொல்கிறார்கள். அதேபோல் எல்லாமே ப்ரோட்டீன்தான் என்று சொல்வதிலும்

தயக்கம் உள்ளது. டி.என்.ஏ முழுவதும் ப்ரோட்டீன் சமையல் குறிப்புகள் என்று சொல்வதும் தப்பு. திரும்பத் திரும்ப வரும் பயனற்ற எழுத்துகள் மிக அதிகமாக உள்ளன. இதைக் குப்பை, ஜங்க் டி.என்.ஏ (Junk D.N.A) என்று சொல்கிறார்கள்.

அடுத்த அத்தியாயத்துக்குப் போகுமுன் ஒரு முன்கதை சுருக்கம் ஓட்டிவிடலாம்.

ஜீன் கதையின் ஒவ்வொரு பாராவையும் எக்ஸான் என்கிறார்கள். இவற்றுக்கிடையே விளம்பரங்கள் போல இன்ட்ரான்கள். ஒவ்வொரு பாராவின் வார்த்தைகள் கோடான். இந்த எழுத்து களை பேஸ் என்கிறோம். திரும்பத் திரும்ப மொத்தமே நான்கு எழுத்துகள்தான். அதாவது, ஏ.டி.ஸி.ஜி. இதில் மூன்று எழுத்து கள் கொண்டது ஒரு வார்த்தை. வாழ்வெனும் புத்தகம் நூறு கோடி வார்த்தைகளாலானது. இந்த நீண்ட புத்தகம் தக்க சமயத் தில் தன்னைத்தானே பிரதியெடுத்துக் கொள்கிறது. படிக்கவும் செய்கிறது. அவைதான் ரெப்ளிகேஷன் ட்ரான்ஸ்லேஷன் என்கிறோம்.

இனி எல்லாமே சுகமே.

ஜீனோம்

பூமியின் 400 கோடி வருஷ சரித்திரத்தில் நானும் நீங்களும் ஒரு தாவரமாகவோ கிருமியாகவோ ஜெல்லியாகவோ இல்லாமல் மனிதர்களாக இருப்பதற்கு யாருக்காவது நன்றி சொல்ல வேண்டும். 50 லட்சம் உயிர்வாழ் இனங்களில் நான் மனிதன் என்கிற பிரக்ஞையுடன் நம்மைப் பற்றி நாமே உணரும் வகையில் பிறந்ததற்கு நன்றி சொல்லவேண்டும். 600 கோடி மக்களிடையே தமிழராகப் பிறந்ததற்கும் இக்கட்டுரையைப் படித்துப் புரிந்து எண்ணங்களைப் பகிர்ந்து கொள்ளும் வசதி கொடுத்ததற்கும் யாருக்கு வந்தனம் சொல்வது? டி.என்.ஏ ரகசியம் கண்டுபிடிக்கப்பட்டு, இயற்கை ஒளித்து வைத்திருந்த உயிரின் பரம பரம ரகசியங்களை அறிவியல் பிரித்துக் காட்டி வெளிச்சத்துக்குக் கொண்டு வந்த காலகட்டத்தில் பிறந்த நாம் நிச்சயம் அதிர்ஷ்டசாலிகளே.

பரிணாமத் தத்துவத்தை விவரித்த சார்லஸ் டார்வினின் தாத்தா எராஸ்மஸ் டார்வின் என்பவர் 1794-ல் தடாலடியாக ஒரு கேள்வி கேட்டார் - 'உலகில் எல்லா உயிரினங்களும் ஓர் இழை (Filament) யிலிருந்து வந்திருக்கலாம் என்று சொல்லலாமா?' என்பதுதான் டார்வின் தாத்தாவின் கேள்வி. 1794-ல் அவர் கேட்ட குருட்டாம் போக்கு கேள்வி, அவர் காலத்துக்கு ஆச்சரியமானது. உண்மையாகவே உயிரின் ரகசியம் ஓர் இழைதான்.

உயிர் என்பது என்ன? இதைப் பலவிதமாக விவரிக்கிறார்கள். எனக்குப் பிடித்த உயிரடையாளம், தன்னைத்தானே உண்டாக்கிக் கொள்வதும் ஒழுங்காக்கிக் கொள்வதும். முயல்கள் முயல்களை உண்டாக்குகின்றன. மக்கள் மக்களை, மரங்கள் மரங்களை, செடிகள் செடிகளை... இவையெல்லாம் உயிருள்ளவை. ஆனால், ஒரு தொலைக்காட்சிப் பெட்டி மற்றொரு தொலைக் காட்சிப் பெட்டியைப் பிரசவிப்பதில்லை. ஒரு முயல் எப்படி வளர்கிறது? சுற்றிலும் உள்ள தாவரங்களைத் தின்று, சிக்கலான ரசாயன மாற்றங்கள் மூலமாக தசைகளாக, நகங்களாக, மற்ற முயல் பாகங்களாக மாற்றிக் கொள்கிறது.

நாமும் அப்படித்தான் செய்கிறோம். நம்மைச் சுற்றியுள்ள தாவரங்களையும் தானியங்களையும் உயிரினங்களையும் உண்டு காற்றைச் சுவாசித்து தசைகளாகவும், நகம், சதை, ரத்தமாகவும் மாற்றிக்கொள்கிறோம். முழுவதுமே மாற்றல் விவகாரம்தான். ஒழுங்கற்ற சுற்றுச்சூழலிலிருந்து எடுத்து ஒழுங்கான உடல் பாகங்களாக மாற்றுவது. எர்வின் ஷ்ரோடிங்கர் என்னும் நோபெல் விஞ்ஞானி 'உயிருள்ளவைகள் தம் சூழலிலிருந்து ஒழுங்கை உட்கொள்கின்றன'என்றார். தெர்மோடைனமிக்ஸின் இரண்டாவது விதி என்பது பிரபஞ்சத்தை ஆளுமை செய்கிறது. உயிருள்ளவைகளை இந்த விதியின் மீறில் என்று கூடச் சொல்வார்கள். அந்த விதி - ஒரு மூடிய அமைப்பில் (closed system) எல்லாமே ஒழுங்கிலிருந்து ஒழுங்கின்மைக்குச் சென்றே ஆகவேண்டும் என்கிறது. பிரபஞ்சம் மூடிய, முழுமையான அமைப்பு. அதற்கு வெளியிலிருந்து எதும் சக்தியோ பொருளோ வரமுடியாது. காரணம் அதற்கு வெளியே என்று ஏதும் கிடையாது. இதனால் பிரபஞ்சம் மெல்ல மெல்ல ஒழுங்கற்ற தன்மையை நோக்கிச் செல்ல வேண்டியது விதி. வேதாந்த விதியில்லை, விஞ்ஞான விதி.

ஆனால் ஒரு முயலோ, மயிலோ, மனிதனோ மூடிய அமைப்பு என்று சொல்ல முடியாது. இவர்களையெல்லாம் ஒழுங்குத் தீவுகள் என்று சொல்லலாம். இவை தமக்கு வெளிப்பட்ட சூழலின் ஒழுங்கின்மையைக் கலைத்து நமக்குள் ஒரு லோக்கல் ஒழுங்கை உண்டு பண்ணிக்கொள்கின்றன. சுருங்கச் சொன்னால் உயிர் என்பது ஒழுங்கு. ஒழுங்கு என்பதைவிட தகவல் என்று சொல்வது இன்னும் பொருத்தம். காரணம் உயிர் நம் டி.என்.ஏ என்னும் கூட்டணுவில் எழுதப்பட்டிருக்கும் தகவல். இதை

இதை இப்படி இப்படிச் செய் என்று வரைந்திருக்கும் குறிப்புகள். ஒரு மானுடக் கருவில் மற்றொரு மானுடனை உண்டாக்கு வதற்கான குறிப்புகள் அத்தனையும் எழுதிப் பதிந்திருக்கின்றன. பாதாம் அல்லா பண்ணும் செய்முறைக் குறிப்புகள் போல! ஒரு முயலோ, மரத்தையோ செய்யும் குறிப்புகள் அவற்றினுள் எழுதப்பட்டுள்ளன. இதில் விசேஷ விந்தை-செய்முறையுடன் சேர்த்து அதற்கான பாதாம் பருப்பு, நெய், சர்க்கரையும் அதிலேயே இருக்கிறது. இதுதான் பெரிய ஆச்சரியம்.

அரிஸ்டாட்டில், ஒரு கோழியின் தத்துவம் அதன் முட்டையில் பொதிந்திருக்கிறது. ஒரு மரத்தின் தன்மை அதன் விதையில் பொதிந்திருக்கிறது என்றார். டி.என்.ஏ.யைக் கண்டுபிடித்ததற்கு நோபெல் பரிசு அவருக்குத்தான் போக வேண்டும் என்தமாஷாகச் சொல்பவர்கள் உண்டு. அப்படிப் பார்த்தால் ஆழ்வார்களும் இதை எழுதியுள்ளார்கள்.

மைக்ராஸ்கோப் வழியாக 23 க்ரோமோஸோம்களையும் பார்க்க முடிகிறது. பெரிதும் சிறிதுமான இரண்டு பகுதிகளாக... நடுபாகத்தில் கொஞ்சம் நெருங்கி ஒரு விதமான தடிமனாக... சிறுவன் வரைந்த அவசர எக்ஸ் போலத் தோன்றுகிறது. ஒவ்வொரு க்ரோமோஸோமும் இப்படி ஒரு பெரிய பகுதி சிறிய பகுதியாக இருக்கிறது. நடுவே இருக்கும் இடுப்புப் பகுதியை சென்ட்ரோமியர் என்கிறார்கள். இந்த நடுப்பகுதியை உற்றுப் பார்த்தால் ஏ.ஸி.ஜி.டி எழுத்துக்கள் மொத்தம் 120 திரும்பத் திரும்ப வருவதைக் கவனிக்க முடிகிறது. இந்த 120 எழுத்துச் சரங்களுக்கு இடையே எந்த ஒழுங்கிலும் சேராத எழுத்துக்கள் உள்ளன. இந்த 120 எழுத்துக்களும் ஓர் அறிமுக சங்கீதம் போலத் திரும்பத் திரும்ப வருகின்றன. இந்த 120 எழுத்து வார்த்தை என்பது ஒரு ஜீன் குட்டி... இதுதான் ஒவ்வொரு முறையும் ஆர்.என்.ஏ.யாகப் பிரதி எடுக்கப்படுகிறது. (பார்க்க 7-ம் அத்தியாயம்) ஆர்.என்.ஏ ஆகும் இந்த 120 எழுத்து ஜீன்தான் நம் மூதாதை எனலாம்.

அவள் பெயர் லூகா (LUCA - Last Universal Common Ancestor) இதைத்தான் நம் ஆதி மூதாதை என நம்புகிறார்கள். லூகா என்பது ஒரு எளிய ஆர்.என்.ஏ. சரம் என்று சொல்கிறார்கள். அவளிலிருந்துதான் முதல் டி.என்.ஏ. தோன்றியிருக்க வேண்டும். டி.என்.ஏ.யின் அங்க அடையாளங்கள் இரண்டு. பிரதியெடுத்துக் கொள்வது. செயல்குறிப்புகளை நிறைவேற்றுவது. ரெப்ளிகேஷன் டிரான்ஸ்லேஷன்.

இந்த லூகா அந்த நாட்களில் எந்தப் பிரதேசத்தில் இருந்திருக்க வேண்டும்? பாறையா, பாலையா, சூடான வெந்நீர் ஊற்றுகளின் அருகிலா, தண்ணீர் பரப்பிலா அல்லது நீலக் குளத்தின் குளிரிலா, பூமிக்கடியின் கதகதப்பிலா...? எங்கே நம் லூகா இருந்திருக்க வேண்டும் என்பது பற்றி அறிஞர்களிடம் கருத்து வேறுபாடு இருந்தாலும் ஆதாரமான ரெப்ளிகேட்டர் மாலிக்யூலிலிருந்துதான் நாம் அனைவரும் பிறந்திருக்கிறோம் என்பதில் அனைவருக்கும் கருத்து ஒற்றுமை உள்ளது.

தற்போதைய லேட்டஸ்ட் சித்தாந்தம் - லூகா என்பவள் பூமிக்கடியில் பாறைகளுக்கு இடையில் கந்தகம், கார்பன் இரும்பு சத்துக்களின் இடையில் தோன்றினாள் என்பதே. பக்கத்திலிருந்து பார்த்த வர்கள் போல ஒவ்வொருத்தரும் எழுதியிருக் கிறார்கள்.

இன்றைய தினங்களில் உயிர் என்பது மிகச் சிக்கலான வடிவமாகி விட்டதால் ஒவ்வொரு உயிரினமும் தத்தம் பெற்றோரைத் தவிர வேறு யாரிடமிருந்தும் தனது ஜீன்களைப் பெற முடியாது. ஆனால், ஆரம்ப காலத்தில் அப்படி இல்லை. ஆரம்ப கால ஜீன்களிடையே பரிமாற்றம் நிறைய நிகழ்ந்திருக்கலாம் என்கி றார்கள். இன்றுகூட மிக எளிய பாக்டீரியாக்கள் தங்கள் ஜீன்களை இதர உயிரினங்களிடமிருந்து பெற்றுக் கொள்கின்றன. ஆரம்ப கால க்ரோமோசோம்கள் அதிகம் ஜீன்களைப் பெற்றிருக்க வில்லை. அதனால், ஆரம்பகால உயிரினங்கள் தாற்காலிக மானவைகளாக இருந்திருக்கின்றன.

விவிலிய நூல் In the beginning was the word என்று தொடங்கு கிறது. அறிவியல் அந்த வார்த்தையை ஆர்.என்.ஏ. என்கிறது. உலகத்தில் உள்ள எல்லா உயிரினத்துக்கும் ஜெனட்டிக் செய்தி யின் மூன்றெழுத்து கொண்ட வார்த்தைகளுக்கு ஒரே அர்த்தம் தான். ஸி.ஜி.ஏ. என்றால் ஆர்கினைன். ஜி.ஸி.ஜி. என்றால் அலனைன். வெளவால்களுக்கும் அதுதான், வண்ணத்துப் பூச்சிக்கும் அதுதான், மனிதருக்கும் அதுதான், மரங்களுக்கும் அது தான், பாக்டீரியாவுக்கும் அதுதான். இதை நாம் திரும்பத் திரும்ப சிந்தித்துப் பார்த்து வியக்கலாம். இயற்கையைப் பொறுத்தவரை நாம் தப்பித் தவறி அதிர்ஷ்டப் பிழைகளின் ஊடே தகிடுதத்தம் பண்ணி உன்னதம் அடைந்த பிரஜைகள்.

ஆயிரம் அடிக்குக் கீழே கந்தகம் நிறைந்த கிணறுகளின் அதி உஷ்ணத்தில் வாழும் பாக்டீரியாவுக்கும் நமக்கும் ஜீவபாஷை ஒன்றுதான். உலகில் எங்கு சென்றாலும் உயிர் என்று ஏதாவது இருந்தால் மரம், செடி, கொடி, பூச்சி, புழு, பறப்பன, ஊர்வன, நீந்துவன எல்லாவற்றுக்கும் ஒரே அகராதி, ஒரே செய்தி. ஜிஸிஜி என்கிற எழுத்துகளை ஜீனில் பார்த்தால் அதன் அர்த்தம் ஆர்கினைன் தயாரி என்பதுதான்.

இந்த விதத்தில் சிருஷ்டி என்பது ஒரு கணத்தில் நிகழ்ந்தது என்று சொல்வது உயிரைப் பொறுத்த அளவு நிஜமே. ஆனால், உயிருக்கு உயிர் இப்போதிருப்பது போல் இத்தனை வேறுபாடு களுடன் நிகழவில்லை. ஒரே ஒரு எளிய மாலிக்யூலாக சிருஷ் டித்து, பாக்கியை நீங்களே பார்த்துக் கொள்ளுங்கள். உங்கள் சாமர்த்தியம் என்று கடவுள் கை கழுவி விட்டுவிட்டார் என்றால் நம்ப முடியும். ஆனால், எந்த மதத்தின் சிருஷ்டி தத்துவமும் அப்படிச் சொல்வதில்லை, நான் படித்தவரை.

அதையும் சில அறிஞர்கள் ஒப்புக்கொள்வதில்லை. ஹாயில் போன்ற ஒரு சிலர் உலக வாழ்க்கைக்கான விதைகள் வெளி கிரகத்திலிருந்து வந்திருக்கலாம் என்கிறார்கள். வேறு சிலர் லூகா என்பது படைக்கப்பட்ட நூற்றுக்கணக்கான வடிவங்களில் பிழைத்துக் கொண்ட ஒரு வடிவம் என்றும் சொல்கிறார்கள்.

ஒரு உண்மையை அசைக்க முடியாது. வேப்ப மரமும் கடற் பாசியும் நமக்கு தூரத்து உறவு. டார்வின் தாத்தா எல்லா உயிரினங் களும் ஒரு நூலிழையிலிருந்துதான் வந்ததா என்று கேட்டது நிஜத்துக்கு எத்தனை அருகில் இருக்கிறது பாருங்கள். நானூறு கோடி வருடங்களுக்கு முற்பட்ட ஃபாசில் அடையாளங்கள் நம்மிடம் இல்லை. நமக்கிருக்கும் ஒரே ஒரு சாட்சி டி.என்.ஏ. என்னும் வாழ்க்கைப் புத்தகம்.

உங்கள் சுண்டுவிரலில் உள்ள ஜீன்கள் ஆரம்பகால ரெப்ளி கேட்டர் கூட்டணுவின் நேரடி வாரிசு. அறுபடாத ஒரு சங்கிலித் தொடர் போல யுகக் கணக்கில் மீண்டும் மீண்டும் ஒரு களைப் பில்லாத சாசுவத ஜெராக்ஸ் மெஷின் போலப் பிரதி எடுக்கப் பட்டு மாறாமல் வந்தவை. உலகில் உயிர் தோன்றிய ஆரம்ப நாள் போராட்டங்களின் சுவடுகள் இன்றும் அதில் டிஜிட்டலாக எழுதப்பட்டிருக்கின்றன. ஜீனோமின் ஆரம்பங்களைப் பற்றிய அத்தனை செய்திகளும் இருக்கும்போது அதன்பின் நடந்ததைப் பற்றிய எத்தனை விஷயங்களை அது சொல்லக் காத்திருக்கிறது என்பதை அடுத்து பார்ப்போம்.

சார்லஸ் டார்வின், மனிதன் என்னதான் உன்னத குணங்கள் அடைந்திருந்தாலும் அவன் தன் உடலில் மிகத் தாழ்மையான ஆரம்பங்களின் அழிக்க முடியாத முத்திரையைத் தாங்கிக் கொண்டிருக்கிறான் என்றார்.

ஆரம்ப காலத்தில் நம்முடைய செல்லில் உள்ள க்ரோமோ சோம்களின் எண்ணிக்கை 24 என்று நினைத்துக் கொண்டிருந் தனர். 1921-ல் அமெரிக்க டெக்ஸாஸ் மாகாணத்து விஞ்ஞானி போட்ட தப்புக் கணக்கை யாரும் சரியாக கவனிக்காததால் 24 என்றே தொடர்ந்து எண்ணிக் கொண்டிருந்தார்கள். 1955-ல் இந்தோனேஷிய விஞ்ஞானியான ஜெ ஹின் டிஜோ என்பவர் நுட்பமான கருவிகளைக் கொண்டு எண்ணிப் பார்த்து 23தான் என்று ஊர்ஜிதப்படுத்தினார்.

சிம்பன்ஸி குரங்குகளுக்கு 24 ஜோடி க்ரோமோ சோம்கள் அதே போல் கொரில்லா, உராங் உட்டாங் போன்ற குரங்கு வகைகளுக்கும் 24 தான், நமக்கு மட்டும் 23. இதுதான் நம்மையும் குரங்கினத்தையும் வேறுபடுத்தும் முக்கிய வித்தியாசம்.

நாம் ஒரு க்ரோமோசோமை காலப்போக்கில் துறந்துவிட்டோமா, மறந்து விட்டோமா அல்லது தவறவிட்டு விட்டோமா என்றால் இல்லை. நம் செல்களில் உள்ள க்ரோமோசோம்களிலேயே பெரிதான இரண்டாவது க்ரோமோசோம் என்பது இரண்டு க்ரோமோசோம்கள் இணைந்தது. ஏப் என்னும் மனிதக் குரங்குகளின் இரண்டு க்ரோமோ சோம்கள் இணைந்து ஒன்றுடன் ஒன்றாக ஒட்டி விட்டதன் விளைவுதான் இந்தப் பரிசு.

இதை மைக்ராஸ்கோப்பில் பார்த்தால் தெரிகிறது. கருப்பான வளையங்களை வைத்துக் கொண்டு இதைச் சொல்ல முடிகிறது. போப்பாண்டவர் ஜான் பால், அக்டோபர் 22, 1996ல் ஒரு போதனையின் போது, மனிதனுக்கும் குரங்குக்கும் ஒரு கட்டத்தில் தொடர்பை கடவுள் அறுத்துவிட்டு ஆத்மாவைப் புகுத்தி விட்டார் என்றாராம். மத நம்பிக்கைக்கும் டார்வினிசத்துக்கும் சமரசம் ஏற்படுத்தும் முயற்சி இது.

அந்த ஆத்மா இரண்டாவது க்ரோமோசோமில் ஒளிந்து கொண்டி ருக்கலாம்.

அதே சமயம், மனிதனை பரிணாம தத்துவத்தின் அதிஉன்னதம் என்று சொல்லமுடியாது. பரிணாம தத்துவத்துக்கு அதி உன்னத நிலை எல்லாம் கிடையாது. மேலும் மேலும் மாறுதல்தான் அதன் சாரம். சிங்கப்பூரில் ஒலி ரேடியோவுக்காக என்னைப் பேட்டி கண்டபோது கேட்டார்கள் - எதிர்காலத்தில் மனிதன் பரிணாம வளர்ச்சிப்படி எப்படியெல்லாம் மாறுவான் எனக் கருதுகிறீர்கள் என்று! நான் அதற்கு வேடிக்கையாகவும் தீவிர மாகவும் இரண்டு பதில்கள் அளித்தேன்.

வேடிக்கையாக, முதுகில் ஒரு கண் வளர்ப்பான் என்றேன். அரசியல் துரோகமும், கத்திக் குத்தும், துப்பாக்கி சூடும் அதிக மாக இருப்பதால் முதுகுக்குப் பின்னால்.

சீரியஸாக பதில் சொன்னால், மனிதன் மற்றொரு இதயம் வளர்த்துக் கொள்ளலாம் என்றேன். இரண்டு சிறுநீரகம், இரண்டு கண்கள், இரண்டு காது, இரண்டு சுவாசப்பை இருப்பது போல இரண்டு இதயம் பெறலாம் என்றேன். அதுவும் முன்தீர்மானித் தல்ல. தற்செயலாக!

அதிசயமாக ஒரு குழந்தை ஜெனட்டிக் பிழையினால் இரண்டு இதயத்துடன் பிறந்து, அது இறுநூறு வருஷங்கள் வாழலாம். அதற்குப் பிறக்கும் பிறப்புகளின் எண்ணிக்கை மெள்ள மெள்ள அதிகமாகி நாளடைவில் எல்லோருமே ஈரிதயம் பெறலாம். சூழ்நிலையிலும் தன் குறைபாடுகளையும் சமாளித்த உயிர் நீடிக்கத் தெரிந்தவன்தான் உன்னத மானுடன். சூழ்நிலை தரும் அபரிமிதமான வாய்ப்புகளைப் பயன்படுத்திக் கொண்டு உயிர் வடிவங்கள் தம்மை மாற்றிக் கொள்வதுதான் நேச்சுரல் செலக்ஷன் - இயற்கையான தேர்ந்தெடுப்பு என்பார்கள்.

அட்லாண்டிக் கடலின் அடித்தளத்தில் இருக்கும் கந்தக சூழ் நிலையில் பிழைத்திருக்கும் ஒரு வகை ப்ளாக் ஸ்மோக்கர் என்கிற பாக்டீரியா, பரிணாம ரீதியில் மனிதனைவிடப் புத்திசாலித் தனமான உயிரினம். காரணம் மனிதனுக்கு இன்றைய நிலைக்கு வர அதிக சமயம் ஆகியிருக்கும். இந்த பாக்டீரியா மிகக் குறைந்த காலத்தில் தன்னை சூழ்நிலையின் விரோதத்துக்கு ஏற்ப மாற்றிக் கொண்டு கந்தகத்தில் உயிர்வாழ்கிறது. அதனால் அது சிறந்தது.

மனிதர்கள் உன்னதமானவர்கள் என்பதில் ஐயமில்லை. மனிதனின் மண்டைக்குள் உள்ள மூளை என்னும் இயந்திரம் பூமியிலேயே மிகச் சிக்கலான இயற்கை இயந்திரம். வயலின் வாசிக்கிறது, வயலில் விதைக்கிறது, துரோகம் பண்ணுகிறது, மோகம் செய் கிறது, கவிதை எழுதுகிறது, கழுதை மேய்க்கிறது, முகர்கிறது, அழுகிறது, தன்னைப் பற்றியே எண்ணிப் பார்க்கிறது.

இந்த அமோக இயந்திரம்தான் பரிணாமத்தின் உன்னதப் படைப்பா? இல்லை. தனித்தன்மை என்பதும் பரிணாம தத்துவத் துக்கும் முக்கியம். அந்த விதத்தில் தனித்தன்மை உடைய எத்தனையோ உயிரினங்களில் நாம் ஒருவர், ஒரு வெளவாலின் மூளையில் உள்ள சிக்னல் ப்ராஸஸிங் திறமைகள் ஒரு நவீன சூப்பர் கம்ப்யூட்டரை விட அதிகமானது. ஆயிரம் மைல் சென்று ஒவ்வொரு வருஷமும் ஒரு குறிப்பிட்ட இடத்தில் முட்டையிடும் ஒரு கடற்பறவையின் நாவிகேஷன் திறமைகள் நம்மை திகைக்க வைக்கும்.

இருந்தும் மயிரிழந்த குரங்குகளில் மனிதன்தான் பிரதானன். உலகிலேயே அதிக எண்ணிக்கை உள்ள மிருகம் அவன்தான். பயோமாஸ் என்னும் உயிர்திடப் பொருளில் மனிதனின் மொத்த எடை குத்து மதிப்பாக 30 கோடி டன். அவனைவிட அதிகமாக பயோமாஸ் இருப்பது ஆடு, மாடு, கோழி, குருவி, எலி போன்ற மனிதனைச் சார்ந்த உயிரினங்களே. உலகில் கொரில்லாக்களின் எண்ணிக்கை ஆயிரம்கூட இல்லை. மனிதன் கருணையின்றி அவற்றின் சூழ்நிலையை அழித்துக் கொல்லாதிருந்திருந்தாலும் கூட பத்தாயிரத்துக்கு மேல் கொரில்லாக்களின் எண்ணிக்கை போயிருக்காது.

புலி, சிங்கம் போன்றவைகளும் சில ஆயிரங்களே உள்ளன. மனிதன் ஏறத்தாழ 600 கோடி பெருகிவிட்டான். பூமியில் எந்த இடத்திலும் எந்தச் சூழ்நிலையிலும் வாழத் தகுதியாகிவிட்டான். பாலைவனம், பனிப்பிரதேசம், உலர்ந்த இடம், ஈரமான இடம், காடு, மலை, கடல் எங்கும் வாழ்கிறான். அவனைப் போல உல கெங்கும் பரவியிருக்கும் உயிரினங்கள் ஒரு சிலவே. ஆஸ்பிரே, சில ஆந்தைகள், சில டெர்ன் பறவைகள் இவைதான் அண்டார்ட் டிக்கா தவிர எல்லா சூழ்நிலையிலும் தாக்குப்பிடிக்கின்றன. அவையும்கூட ஒரு வட்டாரத்துக்குள்தான் கட்டுப்பட்டிருக் கின்றன.

இந்தப் பரிணாம வெற்றிக்கு நாம் கொடுத்த விலையை எதிர் காலம் சொல்லப்போகிறது. இப்போதைக்கு வெற்றி. இதில் வேடிக்கை - பல தோல்விகளுக்குப் பின்தான் இந்த வெற்றி கிடைக்கிறது. ஏப் குரங்கிலிருந்து நாம் வந்தோம்., அவை சுமார் ஒன்றரை கோடி வருடம்தான் தாக்குப் பிடித்திருக்கின்றன. பின்னால் போகப் போக நாம் ப்ரைமேட் என்னும் இனத்தி லிருந்து வந்தோம். அந்த இனமே வழக்கொழிந்து விட்டது. அதற்கும் முன்னால் போனால் டெட்ராபாடு டைனோசார் போன்றவைகளின் புத்திரர்கள்! அவை அனைத்தும் வழக் கொழிந்துவிட்டன. நாம் மட்டும் எப்படியோ புகுந்து புறப்பட்டு தப்பித்து வந்துவிட்டோம். உலகின் முதல் உயிரான லூகாவுக்குப் பின் நானூறு கோடி வருடங்களில் கோடிக்கணக்கான முயற்சி கள், பிழைகள் செய்து தோற்றுத் தோற்று இந்த உருவமும் உன்னதமும் பெற்றிருக்கிறோம்.

சிம்பன்ஸி குரங்கையும் நம்மையும் ஜெனட்டிக் முறையில் ஒப்பிட்டுப் பார்க்கிறபோது வேர்த்துவிடுகிறது.

ஒரு சிம்பன்ஸி குரங்குக்கும் நமக்குமுள்ள வேறு பாடுகள் இரண்டாவது க்ரோமோசோமைத் தவிர வேறு அதிகம் இல்லை. அதன் வாழ்க்கைப் புத்தகத் தின் பல ஏடுகளில் பல பாராக்கள் நமக்கும் அதற்கும் ஒன்றாகவே உள்ளன. நூற்றுக்குத் தொண்ணூற்று எட்டு வார்த்தைகள் அதே. ஏறத்தாழ சிம்பன்ஸியும் நாமும் ஒன்றுதான். இருபத்திநாலு க்ரோமோ சோம்கள் இருபத்து மூன்றான பின்தான் நமக்குத் தனிவடிவம் ஏற்பட்டு மனிதனாகப் பிரிந்தோம்.

இரண்டு சதவிகிதம் வேறுபட்டதில் எத்தனை வித்தி யாசங்கள். அதற்கு ஏகப்பட்ட ரோமம், தலை வேறு விதமாக இருக்கிறது. கைகால்கள் எல்லாம் நீள நீளம். ஆனால் ஆதாரமாக நாமும் அதுவும் அமைப்பில் அத்தனை வேறுபட்டவர்களா என்றால் இல்லை. வண்ணக் களிமண் கொண்ட நாம் ஒரு மனிதனையும் சிம்பன்ஸியையும் பொம்மையாகப் பண்ண விரும்பினால் தேவைப்படும் பாகங்கள் ஏறக்குறைய ஒரே சமாசாரங்களே.

முப்பத்திரெண்டு பற்கள், இரண்டு கண்கள், கை கால்களில் ஐந்து ஐந்து விரல்கள், கல்லீரல், மயிர், ஈரமற்ற சருமம், முதுகெலும்பு, ஏன்...காதின் உள்பாகத்தில் உள்ள மூன்று சிறிய எலும்புகள்கூட இரண்டு பேருக்கும் ஒரே டிசைன்தான்.

சிம்பன்ஸி குரங்கின் உடலில் உள்ள எல்லா எலும்புகளின் பிரதி நிதியும் என்னிடத்திலும் இருக்கிறது. அதன் மூளையில் இருக்கும் எல்லா ரசாயனப் பொருள்களும் என் மூளையிலும் வீரப்பன் மூளையிலும் உள்ளன.

நம் ஜீரண அமைப்பு, வியாதியை எதிர்க்கும் இம்யூன் சிஸ்டம், ரத்த ஓட்ட அமைப்பு, சுரப்பிகள் எல்லாமே இருவருக்கும் பொது. மூளையின் சுளைகள்கூட, அதனிடம் இருந்து நம்மிடம் இல்லை என்று இல்லை. ஹிப்போகாம்பஸ் என்று ஒரு சின்ன பாகம்தான் குரங்கில் இல்லை என்று சொல்லி, அங்கே தான் ஆத்மா ஒளிந்திருக்கிறது என்று சில காலம் ஜல்லியடித்தார்கள்!

இத்தனை ஒற்றுமைக்குக் காரணம் என்ன…?

சிம்பன்ஸியும் நாமும் மத்திய ஆப்பிரிக்காவில் வாழ்ந்த ஒரே மூதாதையிலிருந்து பிரிந்து, மூன்று லட்சம் தலைமுறைகள்தான் ஆகின்றன. மூன்று லட்சம் தலைமுறைகள் என்பது, மனிதப் பரிணாம சரித்திரத்தில் ஒருசில மணி நேரத்துக்குச் சமானம்.

நீங்கள் உங்கள் தாயின் கையைக் கோத்துக்கொள்ள, அவர் அவருடைய தாயாரின் கையைக் கோத்துக்கொள்ள… இப்படி ஒரு பாசமுள்ள தாய்ச்சங்கிலி அமைத்து வரிசையாக நின்றால், சென்னையிலிருந்து மாஸ்கோ வரை நீள்வதற்குள், நம் பொது மூதாதைக் குரங்கைத் தொட்டுவிடுவோம். இந்தப் பொது மூதாதையை மிஸ்ஸிங் லிங்க் என்று சொல்கிறார்கள்.

இந்தப் பொ.மூ. தோற்றத்தில் எப்படி இருந்திருக்கும் என்பது பற்றிப் பொதுவான கருத்து இல்லை. பல சித்தாந்தங்கள் உள்ளன. நாற்பது கோடி ஆண்டுகளுக்கு முற்பட்ட ஒரு எலும்புக்கூட்டை இந்த நூற்றாண்டில் கண்டுபிடித்தார்கள்.

அதன் பெயர் ஆர்டிபிதிகஸ். அதுதான், அந்த மிஸ்ஸிங் லிங்குக்கு அருகே உள்ளது என்று சொல்கிறார்கள். அது குரங்கல்ல…நிமிர்ந்து நடக்கத் துவங்கிவிட்ட மனிதன் என்பது தெரிகிறது.

இரண்டு விழுக்காடுதான் வேறுபாடு. சிம்பன்ஸியும் நாமும் அமைப்பில் ஒற்றுமையாக இருந்தாலும் உருவத்தில் வேறுபடு கிறோம். புரிகிறதோ புரியலையோ…நம்முடைய ஜீனோமை விஞ்ஞானிகள் முழுவதும் படித்தாகிவிட்டது.

ஒரு சிம்பன்ஸியின் ஜீனோமை முழுவதும் படித்துவிடலாம். இரண்டையும் பிழை திருத்தி, அநாவசியக் குப்பை எழுத்துக் களை நீக்கிவிட்டு, பொருத்தி ஒப்பிட்டுப் பார்க்கும்போது, ஒரு பொது மூதாதையிலிருந்து நாம் பிரிந்த போது சந்தித்த சுற்றுச் சூழலின் தேவைகளும் நம்மைக் குரங்கிலிருந்து மனிதனாக மாற்றின என்பதை உணர்வோம். எப்படி நாம் உயரமானோம், மயிரிழந்தோம், நடக்கத் துவங்கினோம் என்பதெல்லாம் விலா வாரியாகப் புரியும்.

உடலமைப்பைத் தயாரிக்கும் ஜீன்களும் பயோகெமிஸ்ட்ரி என்னும் உயிர் வேதியலுக்கான ஜீன்களும் ஒற்றுமையாக இருந் தும் நம்முடைய ஹார்மோன் சுரப்பிகளையும் அங்கங்களின் வளர்ச்சியையும் கட்டுப்படுத்தும் ஜீன்கள் வேறுபடுகின்றன.

கருக் குழந்தையின் பாதத்துக்கான ஜீன் நம்மில் தட்டையாகவும் அகலமாகவும் சிறிய விரல்களுடன் வளருமாறு குறிப்புகள் வைத் திருக்கும். சிம்பன்ஸியில் அதே பாதம் தயாரிக்கும் ஜீனில் உள்ள செய்தி நீண்ட, உள்வாங்கிய, மடங்கக்கூடிய, எளிதில் பிடித்துக் கொள்ளக்கூடிய விரல்களைத் தயாரிக்கும் குறிப்புகளாக இருக்கலாம்.

இரண்டுமே கால்கள்தான்!

இது எப்படி நிகழ்கிறது என்பதை நாம் இன்னும் சரியாகப் புரிந்து கொள்ளவில்லை. ஆனால், ஜீனில் உள்ள குறிப்புகள்தான் கை கால்களாக மாறுகின்றன என்பதில் ஐயமில்லை. மனிதனுக்கும் குரங்குக்கும் உள்ள ஜெனட்டிக் வித்தியாசம்தான்.

ஒரு சிம்பன்ஸியின் செல்லிலிருந்து நியூக்ளியஸ் என்னும் மைய பாகத்தை எடுத்து, நியூக்ளியஸ் நீக்கப்பட்ட மனிதக் கருவில் இன்ஜெக்ட் செய்து, ஒரு தாய் வயிற்றில் வளரவிட்டால் பிறப்பது எப்படி இருக்கும்? (ஒரு பேச்சுக்குத்தான் சொல்கிறேன்... யாரும் இந்த அநாசாரமான காரியத்தை முயற்சிக்கப் போவதில்லை!)

அப்படி விதைக்கப்பட்டது ஒன்பது மாதமும் வளர்ந்தால் மனித னின் சைட்டோப்ளாசத்தில், மனித ப்ளெசெண்டா, மனிதச் சூழ் நிலையில் வளர்ந்தாலும் பிறப்பது மனித வடிவமாக இருக்கவே இருக்காது.இதை விளக்க, போட்டோ பிடிப்பதிலிருந்து உதா ரணம் சொல்கிறேன்.

ஒரு குரங்கை போட்டோ படம் பிடிக்கிறீர்கள். அதன் நெகடிவ்வை ரசாயனங்களில் அலம்பி, டெவலப் செய்கிறோம். குரங்கின் போட்டோதான் வரும். காரணம், அந்த நெகடிவ் குரங்கு நெகடிவ்! என்னதான் டெவலப்பரின் ரசாயனச் சேர்க்கையை மாற்றிப் போட்டாலும் வண்ணங்களும் வெளிச்சங்களும் மாறலாமே தவிர, மனிதனின் போட்டோவாக மாற முடியாது. அதுபோலத்தான் இது.

ஜீன் என்பது நெகடிவ், வயிறு என்பது டெவலப்பர். டெவலப்பர் இல்லையேல் படம் இல்லை. அதேபோல், வெளியிலிருந்து கருவுக்கு சத்துக்கள் இல்லையேல் குரங்கோ, மனிதனோ இல்லை.

ஒரு குரங்கை மனித சூழ்நிலையில் வளர்த்தால் அதனால் காட்டில் பிழைக்க முடியாது. அதேபோல் மனிதக் குழந்தையை காட்டில் வளர்த்தால் அதற்கு பேச்சு வராது. இரண்டு விழுக்காடு மாறுதல் உடலில் இத்தனை மாறுதல்களை செய்வது போல, சின்னச் சின்ன ஜீன் வேறுபாடுகள் உயிரினத்தின் பொது குணத்தில் மாறுதலை ஏற்படுத்துவதும் சாத்தியம்தான் என்கிறார்கள்.

இதைப் பற்றி தீவிரமாக யோசித்தால் தலை சுற்றும். இரண்டு விழுக்காடே இத்தனை தோற்ற வேறுபாடு களை ஏற்படுத்துகிறது என்றால் அந்த ஜீன் குறிப்புகளில் சில சிறிய வேறுபாடுகள் எத்தனை நடத்தை மாறுதல்களை ஏற்படுத்தும் என்பதை யோசித்தால் இன்னும் தலை சுற்றும். சிம்பன்ஸிகள் செக்ஸ் விஷயத்தில் கட்டுப்பாடில்லாதவை. கொரில்லாக்கள் பல தாரங்களில் திளைப்பவை.

மனிதன் மட்டும்தான் (ஓரளவுக்கு) ஒரே தாரத்துடன் வாழ்கிறான். இந்த இன குணமெல்லாம்கூட எப்படியோ ஜீனில் எழுதியிருக்கிறது! எப்படி நான்கெழுத்து க்வார்டெர்னரி விந்தைகளில் இரு தாரமும், பலதாரமும், விசுவாசமும் எழுதப்பட்டி ருக்கிறது என்பது பற்றி யாருக்கும் க்ளூவே இல்லை.

இந்த வியப்பிலிருந்து கொஞ்சம் சுதாரித்துக் கொண்டு ஜீன் கண்டுபிடிக்கப்பட்ட சரித்திரத்தைக் கொஞ்சம் வினோதமாகப் பார்க்கலாம். ஆரம்பத்தில் சொன்னது ஜீனோமின் சரித்திரம். இப்போது ஜீனின் சரித்திரம்.

1822-ல் வடக்கு மொரேலியா பகுதியில் ஹைன்சென்டார்ஃப் என்கிற கிராமத்தில் பிறந்த ஜொஹான் க்ரிகோர் மெண்டல் என்பவர்தான் இந்த இயலின் தந்தை. குடும்ப சூழ்நிலை காரணமாக அவர் பாதிரியாராகப் பயிற்சி பெறச் சேர்ந்து, தியலாஜிகல் கல்லூரியில் படித்து பாதிரியானார். கணக்கு நன்றாகப் போடுவார். சதுரங்கம் நன்றாக ஆடுவார். சாப்பாட்டுப் பிரியர். தன் எழுத்துகளில் கடவுளைவிட சாப்பாட்டைப் பற்றித்தான் அதிகம் எழுதியிருக்கிறார்.

தனிமையில் அவருக்குத் தோட்டக்கலையில் ஆர்வம் உண்டு. அதனுடன் உயிரியலிலும் ஆர்வம். சுமார் 3,000 செடிகளை வளர்த்தார். 1860-ல் மட்டும் 6000 செடிகள் விதைத்தார். அவை வளரும் விதத்தையும் கூர்ந்து கவனித்துக் கட்டுரைகள் எழுதினார். அது உலகத்தின் பார்வையை மாற்றியது. ஆனால், அவர் காலத்தில் அது தெரியவில்லை.

தன் தோட்டத்தில் பட்டாணிச் செடியின் பலவகைகளை ஒட்டி ஒட்டி புதிய செடிகள் வளர்த்தார் மெண்டல். பொதுவாக ஏழு வகை பட்டாணிச் செடிகளை அவர் தன் பரிசோதனைகளுக்குப் பயன்படுத்தினார். குண்டுவகை பட்டாணியை ஒல்லி வகையுடன், புஷ்டி வகையை சுருங்கிய வகையுடன் - இப்படி ஒட்டுச் செடிகளைக் குறுக்கிட வைத்தார். அதேபோல் நுனியில் பூக்கும், தண்டில் பூக்கும் தாவரங்களுடன் ஒட்டவைத்துப் பார்த்தார். இந்த மாதிரி குறுக்கு விளைச்சல் பரிசோதனைகளில் மெண்டல் கண்ட முடிவு ஆச்சரியமானது. இரண்டு செடிகளை ஒட்டுவதன் மூலம் பிறப்பது எப்போதும் இரண்டில் - ஒன்றில் மற்றதன் சாரம் அடுத்த தலைமுறையில் இல்லாமல் அதற்கும் அடுத்த தலைமுறையில் நாலில் ஒன்றாக மீண்டும் வருகிறது. இதை இருவகை குணங்களாகப் பிரித்தார். டாமினெண்ட், ரிஸெசிவ் என்று! டாமினெண்ட் பெரும்பான்மை...ரிஸெசிவ் சிறுபான்மை.

19,959 செடிகளை வெட்டி ஒட்ட வைத்ததில் 14,949 டாமி னெண்டாகவும் மற்றவை ரிஸெசிவாகவும் நான்கில் ஒரு பங்கு

தாத்தாவை அப்படியே கொண்டும் பிறக்கிறது என்கிற உண்மையை அறிவித்தார்.

மெண்டல் வாழ்ந்த காலத்தில் இந்தப் பரிசோதனையின் முக்கியத்துவம் டார்வின் உட்பட யாருக்கும் தெளிவாகவில்லை. உயிரியலின் அணுக்களான ஜீன்கள்தான் இதற்கு காரணம் என்பது அவர் பரிசோதனையில் மறைமுகமாக இருந்தது. இந்த உயிரணுவை முதலில் ஜெம்யூல், ப்ளாஸ்டிட்யூல், பேன்ஜீன், பையோஃபார் என்று வேறு என்ன என்னவோ பெயர்களில் அழைத்தார்கள். கடைசியில் ஜீன் என்ற பேர்தான் நிலைத்தது. டார்வினின் பரிணாம தத்துவத்துக்கும் ஜீன் தத்துவத்துக்கும் ஆரம்பத்தில் முரண்பாடுகள் இருப்பதாகத் தெரிந்ததால் அதிகம் பேர் மெண்டலைக் கவனிக்கவில்லை. 1918-ல் தான் இரண் டுக்கும் முரண்பாடு இல்லை என்பது தெளிவாக்கப்பட்டது.

ஹெர்மன் ஜோ முல்லர் என்பவர் ஜீன்களின் குணாதிசயங்களை செயற்கையாக மாற்றலாம் என்று கண்டுபிடித்து அதற்கு நோபெல் பரிசு வழங்கினார். பழ ஈக்களை எக்ஸ் கதிர்களில் காட்டி அவற்றின் குணத்தை மாற்றிக் காட்டினார். இது 1927-ல் நடந்தது. நவீன ஜெனட்டிக்ஸ் இயல் இந்த வருடம்தான் தொடங்கியது என்று சொல்லலாம். 1940-ம் வருடம் ஜார்ஜ் பீடில், எட்வர்டு டேட்டம் என்னும் இரு விஞ்ஞானிகள் முல்லரின் பரி சோதனை முறைகளைப் பயன்படுத்தி ரொட்டியை உப்ப வைக்கும் ஒரு நுண்கிருமியை எக்ஸ்ரேக்கு உள்ளாக்கியபோது கண்டறிந்த உண்மை - இந்த இயலில் ஒரு மைல்கல். ஒரு ஜீன் ஒரு என்ஸைமைத்தான் உற்பத்தி செய்கிறது என்ற எளிய உண்மையை ஒரு விதியாகவே சொன்னார்.

இருந்தும் ஜீன் என்பது என்ன என்பது ஒரு மர்மமாகவே இருந்தது. அது ப்ரோட்டீன்கள் உண்டாக்குகிறது என்பது தெரிகிறது. ஆனால், அதுவே ப்ரோட்டீனால்தான் செய்யப் படுகிறது. ஒரு லேத் இயந்திரம் இருக்கிறதென்றால் அதன் பாகங்களை உண்டாக்கியதும் இன்னொரு லேத் இயந்திரம்தான். அதுபோலத்தான் இந்த விந்தை என்பது அப்போது அவர்க ளுக்குப் புரியவே இல்லை. இத்தனைக்கும் க்ரோமோ சோம்களில் இருக்கும் டி.என்.ஏ. என்னும் பொருளை முன்பே கவனித்திருக்கிறார்கள். அது எதற்கு இருக்கிறது என்பது அப்போது தெரியவில்லை.

டி.என்.ஏ. கண்டுபிடிக்கப்பட்ட கதை சுவாரஸ்யமானது. 1869-ல் ஒரு யுத்தத்தில் ராணுவ வீரர்களின் கீழ்ப்படிந்த பாண்டேஜ்களில் முதன் முதலாக ஃப்ரெட்ரிக் மைஷர் என்ற சுவிஸ் தேசத்து டாக்டரால் அது கண்டுகொண்டு தனிமைப்படுத்தப்பட்டது.

1892-ல் தன் மாமாவுக்கு ஒரு கடிதத்தில் ஆச்சரியமான ஒன்றை எழுதியிருக்கிறார்.

நம் வம்சத்தின் பரம்பரையின் செய்தி டி.என்.ஏ.யில் இருக்கலாம் என்று தோன்றுகிறது. ஒரு மொழியின் எல்லா எண்ணங்களும் 24-லிருந்து 30 எழுத்துகளில் அடங்கிவிடுவது போல என்றார் மைஷர், 1892-ல்! உண்மைக்கு எத்தனை அருகில் வந்திருக்கிறார் என்று வியப்பாக உள்ளது. பிறப்பின் ரகசியத்தை, உயிரின் ரகசியத்தைக் கண்டுபிடிக்கும் மகாமுயற்சியில் மூச்சைப் பிடித்துக் கொண்டு அங்குலம் அங்குலமாக அடுத்தடுத்து முன் னேறினார்கள் பல விஞ்ஞானிகள்.

ஜீன் என்கிற வார்த்தையை அதன் முழு அர்த்தத்தில் முதலில் பயன்படுத்தியவர் ஆர்ச்சிபால்டு கேராடு என்னும் பிரிட்டிஷ் விஞ்ஞானி. 1902-லேயே அவர் ஜீன் என்பது ஒற்றை ரசாயனப் பொருளுக்கான செயற்குறிப்பு என்பதைச் சொன்னதோடு, அல்காட் டோனூரியா என்னும் ஒரு வினோத வியாதி (கறுப்பாக மூத்திரம் போவதும் காது குடைந்தால் நீல நிற அழுக்கு வருவதும்) ஜெனட்டிக் கோளாறி னால் வருவது என்பதையும் கண்டு ஹோமோ ஜெனிஸ்டேஸ் என்கிற ஒரு சங்கதியைப் பிரித்துச் செயலற்றதாக்கும் ஒரு என்ஸைம் இவ்வியாதி உள்ளவர்களுக்கு இல்லை, அந்த என்ஸைமை உண்டாக்குவது ஒரு ஜீன் என்றார்.

இந்த நூற்றாண்டின் பாதியில் இண்டியானா பல்கலைக்கழகத்தில் 19 வயது ஜேம்ஸ் வாட்ஸன், லூரியா என்கிற ஒரு பிரபல விஞ்ஞானியிடம் ஆராய்ச்சி உதவியாளராகச் சேர்ந்தார். ஜீன்கள் டி.என்.ஏ.யால் ஆக்கப்பட்டவை என்பது பற்றி வாட்ஸனுக்குச் சந்தேகமிருக்கவில்லை. அதை நிரூபிக்க நாடு நாடாக அலைந்தார். அமெரிக்கா விலிருந்து டென்மார்க் சென்றார். அங்கிருந்து லண்டன் கேம்ப்ரிட்ஜ் சென்றார். 1951 அக்டோபரில், காவண்டிஷ் ஆராய்ச்சி சாலையில் ஃப்ரான்ஸிஸ் க்ரிக் என்னும் பிரிட்டிஷ் விஞ்ஞானியுடன் கூட்டு

சேர்ந்தார். க்ரிக்கும் இவரைப் போலவே தீவிர டி.என்.ஏ. தாசன். அதுதான் எல்லாம் என்ற உறுதியான நம்பிக்கை கொண்டவர். இருவருக்கும் ஜோடி அமைந்துவிட்டது. அதன்பின் நடந்தது உலக சரித்திரம்.

வாட்ஸனும் க்ரிக்கும் கூட்டு சேர்ந்தது உலக விஞ்ஞான சரித்திரத்தில் மிகப் பெரிய அதிர்ஷ்டம். இருவருக்கும் இடையில் ஓர் ஆரோக்கியமான போட்டி இருந்தது. வாட்ஸனுக்கு பயாலஜி நன்றாகத் தெரியும். க்ரிக் எல்லாவற்றையும் சுலபமாகக் கிரகிக்கக் கூடிய தடாலடி விஞ்ஞானி. இருவரும் சேர்ந்தது உலகுக்கு ஒரு மிக அதிர்ஷ்டமான கூட்டணி. உலகை வென்றது என்றும் சொல்லலாம். ஒரு சில மாதங்களில் மற்ற விஞ்ஞானிகள் சேர்த்திருந்த அரை குறை தகவல்களைப் பயன்படுத்தி இருவரும் இந்த நூற்றாண்டின் மிகப் பெரிய கண்டுபிடிப்பை மெய்ப்படுத்தினார்கள்.

டி.என்.ஏ.யின் அமைப்பு என்ன என்பதைக் கண்டுபிடித்ததைப் பற்றி டபிள் ஹெலிக்ஸ் என்கிற புத்தகத்தில் வாட்ஸன் எழுதியுள்ளார்.

பிப்ரவரி 1959-ல் க்ரிக் Pub என்னும் மதுசாலையில் நாங்கள் உயிரின் ரகசியத்தைக் கண்டுபிடித்துவிட்டோம் என்று அறிவித்த போது அவர் கொஞ்சம் அதிகமாகவே போட்டிருக்கிறார் என்று சிரித்தார்கள். அது அப்போதைக்குச் சற்று மிகையாகவும் தற்பெருமையாகவும் இருந்ததாக வாட்ஸனும் உணர்ந்தார். எங்கேயாவது தப்பு நேர்ந்து பீற்றிக் கொள்கிறோமோ என்ற சந்தேகம் அவருக்கிருந்தது. ஆனால் வாட்ஸனும் க்ரிக்கும் உண்மையாகவே உயிரின் ரகசியத்தைக் கண்டுபிடித்தார்கள். டி.என்.ஏ.யின் நீண்ட, மிக நீண்ட கூட்டணுவில் நூலேணி போல முறுக்கேறிய சரங்கள், ஏணிப்படிகளில் எளிய ரசாயனப் பொருள்களில் உள்ள செய்திதான் மனிதன் வாழ்வதற்குத் தேவையான புரோட்டீன்களை உண்டாக்குகின்றன.

சட்டென்று எல்லாமே சுவிட்ச் போட்டாற் போல் எளிதாகி விட்டது. ரிச்சர்டு டாக்கின்ஸ் சொன்னதுபோல் அதுவரை இயற்பியல்தான் விஞ்ஞான ஆராய்ச்சியாளர்களிடம் கோலோச் சியது. பயாலஜியில் புரட்சிகரமான மாறுதல் வாட்ஸன் - க்ரிக்குக்கு அப்புறம் ஏற்பட்டு, உயிரே நான்கு எழுத்து டிஜிட்டல் சரமாக இருப்பதாக அறிந்தபின் திடீர் என்று உயிரின் ரகசியம் கம்ப்யூட்டரைப் போல எளிதாகிவிட்டது.

தங்கள் ஆராய்ச்சி முடிவுகளை வாட்ஸனும் க்ரிக்கும் பதிப் பித்தபோது யாரும் கண்டுகொள்ளவில்லை. பிரிட்டனில் புது ராணி பதவி ஏற்றிருந்த காலம் அது. ஒரு பிரிட்டிஷ் குழு எவரெஸ்ட்டை வென்ற காலமும் அது. டி.என்.ஏ.யின் கண்டுபிடிப்பு செய்தித்தாள்களின் பதினோராம் பக்கத்துக்குச் சென்றுவிட்டது. மக்கள் மனதை அதிகம் கவரவில்லை.

இந்தக் கண்டுபிடிப்பு நூற்றாண்டின், ஏன் இந்த ஆயிரமாண்டின் மிக முதன்மையான கண்டுபிடிப்பாகக் கருதப்படுகிறது.

உயிரின் ரகசியத்தைப் படிப்பதில் வாட்சன், க்ரிக் இருவருக்கும் சிரமமிருக்கவில்லை. சில அதிர்ஷ்டகரமான செயல்கள்...சில நல்ல இயற்கையான சிந்தனைகள்...சில உள்ளுணர்வுகள் இவை அனைத்தும் கொண்டு படித்துவிட்டார்கள். ஆனால், அவற்றுக்கு என்ன அர்த்தம் என்பது அவர்களுக்குப் புரியவில்லை. நாலு எழுத்து வாக்கியங்கள் இருபது எழுத்து வாக்கியங்களாக மாற்றப்பட்டு அமினோ அமிலங்களாகி... ப்ரோட்டீன்களாக மாறுவது மட்டும் தெரிந்தது. ஆனால் எப்படி, ஏன் என்பது புரியவில்லை. சில வருடங்கள் தடுமாறினார்கள்.

டிரான்ஸ்ஃபர் ஆர்.என்.ஏ. என்கிற யோசனையை க்ரிக்தான் கொண்டு வந்தார். அது இருந்தாக வேண்டும் என்று யூகித்தார். பிற்பாடு அது இருப்பதாக நிரூபிக்கப்பட்டது.

1961-ல் மார்ஷல் நியூரன்பர்க் (Marshall Warren Nirenberg), ஜே.ஹெச். மாத்தேய் (J.H. Matthaei) இருவரும் ஒரு வார்த்தையைப் படித்துவிட்டார்கள். ஒரு மூன்று எழுத்து வார்த்தை ஒரு புரோட்டீனை செய்கிறது என்பதை நிரூபித்தார்கள். 1965-ல் எல்லா மூவெழுத்து வார்த்தைகளும் என்னென்ன புரோட்டீன்களை உண்டாக்குகின்றன என்பதைக் கண்டுபிடித்துவிட்டார்கள்.

1902-ல் ஜெராய்டு என்பவர் ஆரம்பித்து வைத்த சந்தேகத்தை 1995-ல் மூன்றாவது க்ரோமோசோமில் 690-வது அல்லது 901-வது எழுத்தில் உள்ள பிழையால் அந்த அல்காட்டோனூரியா என்கிற வினோத வியாதி வருகிறது என்று கண்டுபிடித்ததும் ஆர்.என்.ஏ., டி.என்.ஏ. ஆராய்ச்சியின் சரித்திரம் ஒருவாறு முழுமை பெற்றது.

இனி, க்ரோமோசோம்களைப் பார்க்கலாம்.

விதி என்று சொல்கிறோமே அது என்ன? பூர்வ ஜென்ம பாவம் என்கிறார்கள். பரிகாரம் செய்ய, இருக்கிற கோயில்களையெல்லாம் சுற்றுகிறார்கள். ஜெனட்டிக்ஸ்படி, நம் விதி க்ரோமோசோம்களில் எழுதி உள்ளது. அதற்குச் சரியான உதாரணம் நம்முடைய நான்காவது க்ரோமோசோம்தான். ஜீன் கேடலாக் என ஒரு பட்டியல் இருக்கிறது. அதில் எந்த எந்த வியாதி, எந்த எந்த ஜீனில் உள்ள கோளாறி னால் வருகிறது என்று பட்டியலிட்டிருக்கிறார்கள். உதாரணமாக, உங்கள் உடலில் அல்ஜைமர் ஜீன் இருக்கலாம் அல்லது டைஸ்டோனியா, ஆடிஸம், கிட்னி கேன்ஸர் போன்ற பல்வேறு வினோத நாமங்கள் கொண்ட ஜெனட்டிக் கோளாறுகளால் ஏற்படும் வியாதிகள் இருக்கலாம். அதை உங்கள் ஜீனைப் பார்த்தே, இளம் வயதிலேயே கண்டு பிடித்துவிடுகிறார்கள்.

ஆனால் ஜீன் என்பது வியாதி அளிக்கத்தான் ஏற்பட்டது என்று சொல்வது தப்பு. மூக்கு என்பது ஜலதோஷத்துக்காகத்தான் ஏற்பட்டது அல்லது இதயம் என்பது மாரடைப்புக்காக ஏற்பட்டது என்று சொல்வது போல அது. எல்லா ஜீனும் ஒரு ஆரோக் கியமானவரிடம் சரியாகவே உள்ளது. அதில் பிழை இருந்தால்தான் சிக்கல், பிழை உள்ள ஜீனை ம்யூட்டண்ட் என்கிறார்கள். அந்தத் தப்பு ஜீன்

உங்கள் உடலில் சில முக்கியமான இடத்தில் இருந்தால் அவை தத்தம் ரசாயனப் பொருள்களைத் தயாரித்து செல்லாக மாறும் போது ஏற்படுத்தும் விபரீதங்கள்தான் இந்த வியாதிகள். சில சமயம் வியாதிகள் ஜீன்கள் இல்லாததால், பற்றாக்குறையால் ஏற்படும். உதாரணமாக, உல்ஃப் ஹிட்சின்ஸன் என்னும் சிண்ட்ரோம்.

பல உதாரணங்களில் அந்த வியாதிக்காரர்களில் ஜீன் இருக்கிறது. ஆனால், பிழையோடு இருக்கிறது. இந்தப் பிழையைத்தான் விதி என்று சொல்லத் தோன்றுகிறது. க்ரோமோசோம் 4-க்கு வருவோம். அது மிகப் பிரபலமானது. ஹண்டிங்டன் என்னும் ஒரு மிகப் பிரபல வியாதிக்குக் காரண ஜீன் இந்த க்ரோமோ சோமில் உள்ளது. நாலாம் நம்பர் க்ரோமோசோமில் ஒரு மூன்றெழுத்து வார்த்தை திரும்பத் திரும்ப வருகிறது. ஸிஏஜி என்பது அந்த மந்திர வார்த்தை. திரும்பத் திரும்ப இதே வார்த்தைதான் சிலரிடம் ஆறுமுறை, சிலருக்கு முப்பது முறை வருகிறது. இதில் வித்தை என்னவென்றால் இது திரும்பத் திரும்ப வருவதன் எண்ணிக்கை 35க்குக் கீழே இருந்தால் எல்லாம் சுகமே. நமக்கெல்லாம் பத்திலிருந்து பதினைந்து முறைதான் ரிப்பீட் ஆகிறது. இந்த வார்த்தைக்கு 39க்கு மேல் போனால் அபாயம். உங்கள் வாழ்வின் மையப்பகுதியில் ஹாண்டிங்டன் வந்ததும் - மெள்ள மெள்ள செயலிழப்பீர்கள். உங்களை நீங்களே பாது காத்துக்கொள்ள முடியாது. சீக்கிரமே இறந்துவிடுவீர்கள். ஆரம்பத்தில் லேசாக சிந்தனா சக்தியை இழப்பீர்கள், அப்புறம் கைகால் உதறல்... அதன்பின் மனச் சோர்வு ஏற்படும். பின் என்ன என்னவோ கன்னா பின்னா கனவுகள் வரும். அரையிறுதியாகப் பைத்தியம் பிடிக்கும். அதன்பின் மரணம், இதற்கு நிவாரணமே இல்லை. வாழ்க்கைப் புத்தகத்தில் நாலாம் நம்பர் க்ரோமோ சோமில் ஒரு குறிப்பிட்ட இடத்தில் ஸிஏஜி வார்த்தைகள் - எண்ணிக்கையில் அதிகமாக எழுதியிருப்பதுதான் ஒரே காரணம். அதை மாற்றவும் திருத்தவும் முடியாது. விதி என்ற இரண்டு எழுத்துகளுக்குப் பதில் ஸிஏஜி.

இதில் இன்னொரு ஆச்சரியம் உள்ளது. இந்த வியாதி ஒருவரின் வாழ்க்கையில் முதலில் தோன்றும் வயது ஸிஏஜிக்களின் எண்ணிக்கையைப் பொறுத்து இருக்கிறது. முப்பத்தொன்பது ஸிஏஜிக்கள் இருந்தால் சுமார் 75 வயதில் இந்த வியாதி வருகிறது. 66 வயதில் முதல் அடையாளங்கள் தோன்றும். நாற்பத்தொன்று

ஸிஏஜி என்றால் 54 வயதில் வருகிறது. நாற்பத்திரண்டு என்றால் 37 வயதில். ஐம்பது என்றால் 27 வயதில் வந்துவிடுகிறது. அவசர மில்லாமல் அணு அணுவாகச் சாவு. மருந்துமாயங்கள் ஏதும் கிடையாது. எப்படி வாழ்ந்தாலும் வந்தே தீரும். இந்த வியாதி கொடுமையின் கொடுமுடி. 'எழுதிச் செல்லும் விதியின் கை எழுதி எழுதி மேற்செல்லும்' என்று கவிமணி தேசியவிநாயகம் பிள்ளை, உமர்கய்யாம் மொழி பெயர்ப்பில் சொல்லியுள்ளார். அழுதாலும் தொழுதாலும் அதை மாற்ற முடியாது. விதிக்கு மூன்று எழுத்துகள்! அடுத்த தடவை லேசான ஜலதோஷம் வரும் போது அலுத்துக் கொள்கையில், கடவுளே! என் நான்காவது க்ரோமோசோமில் ஸிஏஜியை 35க்குக் குறைவாக எழுதியதற்கு நன்றி என்று ஒரு தேங்காய் உடைக்கவும்.

ஸிஏஜி என்பது க்ளூடமைன் என்னும் ரசாயனப் பொருள். இது அந்த க்ரோமோசோமில் அதிகமாக இருக்கும்போது மெல்லப் பெரிதாகிறது. ஒரு சந்தர்ப்பத்தில் அது செல்லையே தற் கொலைக்கு அனுப்பிவிடுகிறது. மூளையில் நம் கைகால் இயக் கங்களைக் கட்டுப்படுத்தும் கேந்திரத்தில் நிகழ்கிறது இந்தப் பலி. அதன் பின் ஆசாமி குளோஸ்.

ஹாண்டிங்டன் வியாதியின் காரணத்தை அவர்கள் கண்டு பிடித்ததன் கதை மிக சுவாரஸ்யமானது. ஒரு நாவலே எழுதலாம். இந்த வியாதி வரப்போகிறது, அது எப்போது என்று சஸ்பென்ஸில் காத்திருந்த நான்ஸி வெக்ஸ்லர் என்கிற பெண்மணி, வருடக் கணக்கில் ஆராய்ந்து நாடு நாடாக, காடு காடாக அலைந்து, இது நான்காவது க்ரோமோசோம் உபாதை என்பதைக் கண்டுபிடிக்க உதவினார். அதற்காகத் தன் முன்னோர்களைத் தேடிச் சென்றார்.

இந்த வியாதியை முதலில் விவரித்தவர் பெயர் ஜார்ஜ் ஹாண்டிங்டன். 1967-ல் உடி கத்ரி (Woody Guthrie) என்ற பாடகர் இந்த வியாதியால் இறந்தபோது இது பிரபலமாயிற்று. ஹாண்டிங்டன் வாழ்ந்த லாங் ஜலண்ட் பகுதியில் சில குடும்பங்களில் இந்த வியாதி அதிகமாக இருப்பதைப் பார்த்து அவர்களது முன்னோர் களை எல்லாம் ஆராய்ந்ததில் 17-ம் நூற்றாண்டில் இங்கிலாந்தின் ஸஃபோக் பகுதியிலிருந்து புறப்பட்டு, அமெரிக்க நியூ இங்கிலாந்து மாகாணத்துக்கு வந்து வாழ்ந்த இரு சகோதரர்கள்தான் காரண புருஷர்கள், அவர்களிடம் இந்தத் தப்பு ஜீன் இருந்திருக்கிறது என்று விசாரித்தறிந்தார்.

இன்று இந்த வியாதி குறிப்பாக எந்த க்ரோமோசோம், எந்த இடம், எந்த சரம் என்று விலாவாரியாகக் கண்டுபிடித்து விட்டார்கள் - அந்தக் க்ரோமோசோமின் மொத்த நீளம் பூமத்திய ரேகை அளவு இருந்தால் ஹண்டிங்டன் பிழை இரண்டு இன்ச்! இத்தனை நுட்பமான பிழையையும் குழந்தை பிறந்த உடன், ஏன்...கருவிலேயே கண்டுபிடித்துவிட முடியும். எண்ணிக்கை 39க்கு மேல் இருந்தால் அந்த ஆள் நிச்சயமாகக் காலி. கருவை என்ன செய்வீர்கள்? இதுதான் இந்த இயலின் மிகப் பெரிய கேள்வி.

ஸிஏஜி என்னும் வார்த்தை நம் வாழ்க்கைப் புத்தகத்தில் திக்குவதால் ஹண்டிங்டன் உபாதை வரும் என்று சொன்னோம். ஏறத்தாழ மரண தண்டனையான இந்த வியாதி, எப்போது வரும் என்பதும் தெரிந்துவிடுகிறது. ஸிஏஜி சரியான வில்லன், மற்ற ஜீன்களிலும் இந்த வார்த்தை தடு மாறுவதால் வேறு வியாதிகள் வருகின்றன. செரி பெல்லர் அடாக்ஸியா என்பது இதில் ஒன்று. இது மட்டும் இல்லை... மற்ற உயிரினங்களிலும் இந்த ஸிஏஜி தடுமாற்றம் வியாதியை ஏற்படுத்துகிறது என்று கண்டுபிடித்திருக்கிறார்கள். பாவம், ஓர் எலியைப் பிடித்து அதன் ஏதோ ஒரு ஜீனில் அதிகப் படி ஸிஏஜியை செருகிப் பார்த்தால், அந்த எலிக்கும் ஹண்டிங்டன் போன்ற வியாதி. வயசானதும் வந்து பாயைப் பிறாண்டியது.

நம் நரம்பு மண்டலம் சம்பந்தப்பட்ட மற்ற சில வியாதிகளும் சில வார்த்தைகளின் மிகையால் வருகின்றன என்பதையும் கண்டுபிடித்திருக் கிறார்கள். அந்த வார்த்தைகள் அனைத்தும் ஸியில் ஆரம்பித்து ஜியில் முடிகின்றன. ஸிஏஜி வியாதி களே ஆறு. ஸிஸிஜி அல்லது ஸிஜிஜி எழுத்துக்கள் இருநூறுக்கு மேல் எக்ஸ் க்ரோமோசோமில் உள்ள ஜீனில் வந்தால், ஃப்ரஜைல் எக்ஸ் என்னும் ஒரு மாதிரியான மனோவியாதி வருகிறது.

வயசானாலும் மனம் பின்தங்கும் வியாதி. இவை எல்லாம் புதிய கண்டுபிடிப்புகள். 1993ல் தான் ஸிஏஜி வில்லனாகக் கண்டு பிடித்தார்கள். பிறகு, நூறு விஞ்ஞானிகள் இந்த ஜீனைப் பற்றி ஆராய்ச்சிக் கட்டுரைகள் எழுதியிருக்கிறார்கள். ஒரு லட்சம் ஜீனில் இந்த ஹண்டிங்டன் ஜீனைப் பற்றி மட்டும் இத்தனை கட்டுரைகள்.

ஸிஏஜி கண்டுபிடிப்பு ஒரு அதிசயம்தான்...அற்புதம்தான். ஆனால் என்ன பயன்? காரணம் தெரிகிறது. நிவாரணம் தெரிய வில்லை. நம் மூளையில் பத்தாயிரம் கோடி செல்கள் உள்ளன. அவை ஒவ்வொன்றிலும் ஸிஏஜியின் நீளத்தைக் குறைத்து ரிப்பேர் செய்ய முடியாது. சாத்தியமே இல்லை.

வாட்சனும் க்ரிக்கும் திறந்து வைத்த இந்த பூதம் தரும் அறிவு நம்மைத் திகைக்க வைப்பதைத் தவிர, வேறு ஏதும் செய்ய முடியாத அளவுக்கு நம் கையாலாகாத்தனம் வெளிப்பட்டி ருக்கிறது.

இந்தக் கட்டுரைத் தொடரின் முடிவுக்கு வந்து விட்டோம். ஜீனோம் அறிவின் தர்ம நியாயங்களை ஆராய்வோம். ஒருவருக்கு ஒரு வியாதி வரப்போகிறது என்பதை முன்னமே அறிந்து கொள்ள அல்லது தெரிவிப்பது என்ன நியாயம்? ஹண்டிங்டனை மிகத் தீவிரமாக ஆராய்ச்சி செய்த நான்ஸி வெஸ்லர் ஒரு சம்பவத்தைக் கூறுகிறார். ஒரு பெண்மணியை ஹண்டிங்டன் பரிசோதனைக்கு அழைத்து வந்தார்கள். வெஸ்லர் இதில் தேர்ந்தவர் என்பதால் அதற்கான ஆரம்ப அறிகுறிகள் அந்தப் பெண்ணிடம் இருப்பதை அறிந்தார். டெஸ்ட் பண்ணி பார்த்ததில் ஊர்ஜிதமாயிற்று. ஆனால், அதை அந்தப் பெண்ணிடம் சொல்வதா, வேண்டாமா என்ற தர்ம சங்கடம். பரிசோதனைகள் முடிந்ததும் அந்தப் பெண்மணி 'டாக்டர், எனக்கு இந்த வியாதி வருமா?'என்று கேட்டாளாம்.

அதற்கு டாக்டர் மழுப்பலாக, 'நீ என்ன நினைக்கிறாய்... உனக்கு வரும் என்று எண்ணுகிறாயா?'எனக் கேட்க, வரும் என்று தோன்றவில்லை என்றாள். அதே சரி என்று சொல்லிவிட்டாராம் நான்ஸி வெஸ்லர். நல்லவேளை, 'உனக்கு நிச்சயம் வரப் போகிறது'என்று மரண தண்டனையை அவளிடம் சொல்ல வில்லை. 'எனக்கு அந்த வியாதி இருக்கிறது என்று தெரிந்தால் தற்கொலை செய்து கொண்டுவிடுவேன்'என்று ஒரு சினேகிதி

யிடம் அவள் சொல்லியிருந்தாளாம். இது சந்தோஷமான முடிவு தானா? அந்தப் பெண் சாகப்போகிறாள் என்பது நிச்சயமாகத் தெரிந்தும் அதை அவளிடம் சொல்லாமல் மறைப்பது என்ன நியாயம் என்று சிலர் கேட்கிறார்கள்.

ஹண்டிங்டன் என்பது விதியின் அசைக்க முடியாத சத்திய வார்த்தை. உயிர் எழுதிவிட்டு சாவுக்குக் காத்திருக்க வேண்டியதைத் தவிர, வேறு ஏதும் செய்ய முடியாது. இந்த வகை அறிவு நமக்குத் தேவைதானா என்று பலர் வியப்படைகிறார்கள். ஜீனோம் எழுத்துக்களைப் படிக்கப் படிக்க, ஜீன்களை ஆராய ஆராய... இந்த மாதிரி அதிர்ச்சிகள் பல புறப்படப் போகின்றன. அதனால் இந்த ஆராய்ச்சியைத் தடை செய்ய வேண்டும் என்று சொல்பவர் உண்டு. கருவிலேயே பத்தாயிரம் வியாதிகளுக்கு டெஸ்ட் எடுத்துவிடலாம். வெஸ்லர், மேப்பிங் ஃபேட் என்ற ஒரு அருமையான புத்தகத்தில் தன் தேடலைப் பற்றி எழுதி யிருக்கிறார். விதியின் வரைபடம்தான் ஜீனோம்.

ஒவ்வொரு க்ரோமோசோமும் நம் ஒவ்வொரு குணாதிசயங் களையும் அவற்றின் குறைபாடுகளையும் வெளிப்படுத்துகிறது. இதன் நன்மை, தீமைகள் சரிசமமாகவே வெளிப்பட்டுக் கொண்டிருக்கின்றன. எல்லா வியாதிக்குமே க்ரோமோசோம் பிழைகள்தான் காரணம் என்று சொல்ல முடியவில்லை. அதை உள்ளே ஆராயும்போது ஆராய்ச்சி சிக்கலாகி வருகிறது. உதாரணமாக, க்ரோமோசோம் 5க்கும் ஆஸ்துமாவுக்கும் சம்பந் தம் இருப்பது போலத் தோன்றுகிறது. ஆனால் திட்டவட்டமாகச் சொல்ல முடியவில்லை.

ஆஸ்துமாவுக்கு நாகரிகமும் அதன் விளைவான பொல்யூஷனும் அதனால் ஏற்படும் அலர்ஜியும்தான் காரணம். ஆனால் இவற்றால் எல்லோரும் பாதிக்கப்படுவதில்லை. பாதிக்கப்படுபவர்கள் யார் என்று ஆராய்ந்தால் 5ம் நம்பர் க்ரோமோசோமில் விடை கிடைக்கிறது. ஆறாவது க்ரோமோசோமுக்கும் புத்திசாலித்தனத் துக்கும் தொடர்பு இருப்பது போலத் தெரிகிறது. ஏழில் உள் ஞணர்வு இருக்கிறது என்று சொல்கிறார்கள். நாம் ஒரு மொழியை முதலில் கற்கும் திறமைக்கான அடிப்படை இலக்கணம் நம் ஜீனில் இருக்கிறது என்று நோவம் சாம்ஸ்கி போன்றவர்கள் திட்ட வட்டமாக நிருபித்துள்ளார்கள். இப்படி ஒவ்வொரு க்ரோமோ சோமுக்கும் ஏதாவது ஒரு குணாதிசயம் அல்லது வியாதியுடன் தொடர்பு இருப்பதை விஞ்ஞானிகள் எழுதியிருக்கிறார்கள்.

போகப் போக இந்தப் புதிய சித்தாந்தங்கள் எல்லாம் நிரூபிக்கப் படும் அல்லது நிராகரிக்கப்படும்.

ஆனால், இந்தப் புதிய அறிவு ஏதோ ஒருவிதத்தில் நம்மை நாமே முழுவதும் அறிந்து கொள்ளத் தேவைதான் என்று தோன்றுகிறது. ஜீனோம் என்ற மிகப் பெரிய புத்தகத்தை நாம் முழுவதும் படித்துவிட்டதாகச் சொல்லவே முடியாது. இன்னும் எவ்வளவோ ஜீன்களுடன் பரிச்சயம் பாக்கியிருக்கிறது. மொத் தத்தில் பத்தில் ஒரு பங்குதான் புரிந்து கொண்டிருக்கிறோம். அவை சொல்லும் ரகசியமும் சரித்திரமுமே இத்தனை வியப்பு களைத் தந்திருக்கின்றன. இன்னும் இந்த இயல் உன்னத மடைந்து...நுட்பமடைந்து... முன்னேற்றம் கண்டு நமக்கு மெள்ள மெள்ள உயிரின் விநோதப் பக்கங்கள் மஞ்சிலிருந்து வெளிப்படும் சூரிய ஒளி போலப் புலப்பட, ஏதோ ஒரு பக்கத்தில்... ஏதோ ஒரு ஜெனட்டிக் சரத்தில் கடவுளின் ஜீன் இருந்தாலும் இருக்கலாம்.

இன்னும் ஐம்பது வருடங்களுக்குள் தெரிந்துவிடும். தெரிந்த வுடன் சொர்க்கத்துக்கு ஈமெயில் அனுப்பலாம்.

www.ingramcontent.com/pod-product-compliance
Lightning Source LLC
LaVergne TN
LVHW041437170726
843492LV00008B/2646

9 788184 937220